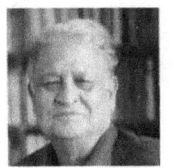

व्यंकटेश माडगूळकर

I0631777

पांढऱ्यावर काळे

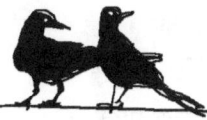

मेहता पब्लिशिंग हाऊस

PANDHARYAVAR KALE
by VYANKATESH
MADGULKAR

पांढऱ्यावर काळे /
कथासंग्रह
व्यंकटेश माडगूळकर

© ज्ञानदा नाईक

मराठी पुस्तक प्रकाशनाचे
हक्क मेहता पब्लिशिंग
हाऊस, पुणे.

प्रकाशक
सुनील अनिल मेहता,
मेहता पब्लिशिंग हाऊस,
१९४१, सदाशिव पेठ,
माडीवाले कॉलनी, पुणे - ३०.

अक्षरजुळणी
इफेक्ट्स, २१/६ब,
आयडिअल कॉलनी,
कोथरूड, पुणे - ३८.

मुखपृष्ठ व मांडणी
चंद्रमोहन कुलकर्णी

रेखाचित्रे
व्यंकटेश माडगूळकर

मुखपृष्ठावरील
लेखकाचे छायाचित्र
शेखर गोडबोले

प्रकाशनकाल
पहिली आवृत्ती
सप्टेंबर, १९७१
दुसरी आवृत्ती
फेब्रुवारी, १९८३
तिसरी आवृत्ती
जुलै, २०००
चौथी आवृत्ती
ऑगस्ट, २००९
मेहता पब्लिशिंग
हाऊस यांची
पाचवी आवृत्ती
मे, २०१२
पुनर्मुद्रण :
नोव्हेंबर, २०१३

ISBN
978-81-8498-364-7

अनुक्रम

प्रभूचा दुसरा अवतार / १
गुंडू / ६
अकाली गेलेला जिम / ११
आमचे पण दोन ससे / १६
भय / २१
हरवलेले बालपण / २५
दोन महापुरुष / ३१
पण ते कुठे आहेत? / ३६
पटकथा / ४६
ग्रहफल / ५१
एकमत / ५५
नकार : एक दैवी गुण / ५८
मी गोष्टी कशा लिहितो? / ६२

लेखकदर्शन / ६७

नाटक / ७१

पाहुणचार / ७५

साहित्याचे भवितव्य / ७९

आला आषाढ-श्रावण / ८२

पान लागण्याचा प्रकार / ८६

पुण्यात पाहण्यासारखे / ९०

लॉटरी / ९४

विनोदबुद्धी / ९८

तात्पर्य-कथा / १०४

रस्ता : एक चिंतन / १०८

फेल्ट / १११

भाषण देण्याचा प्रकार / ११४

अरे, संसार संसार! / ११८

पुणेरी रिक्षावाला / १२२

आकाशवाणीचे आबा / १२७

तळ्याच्या काठी / १३२

फ्रेंच न येण्याचा प्रकार / १३७

विरोळा / १४३

माकडास पाहून– / १४७

अशीही एक शिकार / १५१

टोमॅटो सॉस / १५५

घर आणि जंगल / १५९

एक प्रवासवर्णन / १६३

प्रभूचा दुसरा अवतार

वैदूवाडी ते प्रभात रोड हे अंतर पायी तोडून सकाळी उसेन वैदू माझ्या घरी आला. येताना पिशवीतून तळहाताच्या आकाराचे एक लहान कासव त्याने आणले होते. फरशीवर सोडताच चावी दिलेल्या खेळण्याप्रमाणे ते फडफड करीत चालू लागले.

उसेन म्हणाला, "दादा, हे तुझ्या लेकराला खेळायला. मासे धरायला नदीला गेलो होतो, तवा हे घावलं. दगडी कासव. हे मोठं होनार नाही. जातच अशी. त्याला भगोल्यात पानी घालून ठीव. भाकरी बारीक करून खायाला घाल."

हे अजब खेळणे देऊन उसेन निघून गेला. घरात एक मोठी काचेची बरणी होती. तिच्यात पाणी घालून देवाच्या देवळात असते, तसे हे कासव आम्ही घरातच ठेवले. उसेनच्या म्हणण्याप्रमाणे त्याला भाकरी घातली, पण प्रभूच्या या दुसऱ्या अवताराने या अन्नाला तोंड लावले नाही. आम्ही सर्व जण हवालदिल झालो. मला सारखे वाटू लागले की, भाकरी हे काही कासवाचे अन्न नसणार. नदीच्या प्रवाहात त्याला रोज भाकरी कोण करून घालणार आहे? मग याचे अन्न काय?

मुलीचे प्राणिशास्त्रावरचे क्रमिक पुस्तक काढून पाहिले. त्यात कासवाच्या अवयवांची माहिती होती; पण त्याचे खाद्य काय, याचा उल्लेख नव्हता.

मग वाटले, प्राध्यापक बा. ग. शिरोळ्यांना फोन करून विचारावे. त्यांनी त्वरित सांगितले की, त्याचे अन्न शेवाळ आहे.

आता शेवाळ आणावे कोठून? आमच्या कचेरीत एक शेतीतज्ज्ञ पाटील आहेत. ते म्हणाले, "मॉस म्हणता ना? मी आणतो उद्या...."

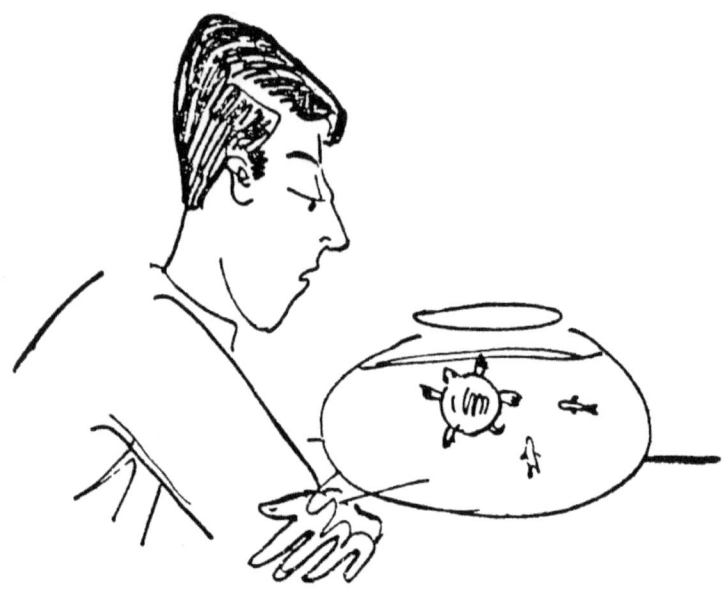

शेतकी कॉलेजमधून त्यांनी मॉस मिळविले. तिथे झाडांची कलमे करताना मॉसचा उपयोग करतात. या मॉसलाही कासवाने तोंड लावले नाही. आता काय करावे?

'इंटरनॅशनल बुक डेपो'मध्ये जाऊन एनसायक्लोपीडिआ पाहिला. त्यात समुद्रातल्या आणि जमिनीवरच्या कासवांची माहिती दिली होती; पण असल्या दगडी कासवाची मुळीच नव्हती. खाणे, पिणे, सवयी यांविषयी काही नव्हते.

कुणी तरी सांगितले, ''संभाजी पार्कमधल्या मत्स्यालयात असलेच एक कासव आहे.''

मी जाऊन तिथल्या पोऱ्याला गाठले, ''या कासवाला तू खायला काय घालतोस बाबा?''

त्याने एक मासे पकडण्याचे जाळे दाखवून सांगितले, ''लहान-लहान मासे जिवंत पकडून आणायचे आणि एक दिवसाआड दोन मासे घालायचे.''

आता हा उद्योग रोज करणार कोण? तरी मी मोलकरणीच्या पोराला पकडले. मासे धरायचे आणि ते कासवाला खाऊ घालायचे, ही कल्पना त्याला उत्तम वाटली. पण जाळे कुठून आणायचे? जाळे नाही, तर मासे पकडायचे कसे?

माडगूळला असताना मोमिनांच्या पोराकडून मी ही विद्या घेतली होती. ती पोराला समजावून सांगितली.

“एक लहान तपेली घे. तिच्या तोंडाला फडकं बांध. आता भाकरीचे तुकडे टाक आणि फडक्याला भोक पाडून ती तपेली प्रवाहातल्या वाळूत गळ्याइतकी पुरून ठेव.”

पोराने काय प्रकार केला, कोण जाणे; पण पाच-सहा लहान-लहान मासे त्याने पकडून आणले. ते कासवाच्या भांड्यात टाकून आम्ही सर्व जण कोंडाळे करून पाहत राहिलो. कासवाने लुटूलुटू पोहणाऱ्या माशांकडे संपूर्ण दुर्लक्ष केले. आम्हाला वाटले, सर्वदेखत खाणे याला पसंत नसेल; रात्री खाईल. सकाळी उठून पाहावे.

दोन दिवस गेले आणि ते मासे पांढरी पोटे वर करून तरंगताना दिसले. कासवाने त्यांना तोंड लावले नव्हते. आता काय करावे?

मग शिरोळ्यांचा पुन्हा फोन आला, “काय हो, तुमचं कासव काय म्हणतंय?”

हताशपणे मी म्हणालो, “खात नाही काही. सगळे प्रकार करून पाहिले.”

“असं करा – सोडे मिळतात बाजारात. ते लहान-लहान तुकडे करून घाला.”

मग आम्ही सोडे पैदा केले आणि त्याचे तुकडे करून घातले.

या सर्व प्रकारात सहा दिवस गेले होते. अखेर कोणी तरी आडून बराच वेळ लक्ष ठेवले आणि कासवाने सोड्याचा तुकडा गिळला. घरात आनंदीआनंद झाला.

वाहवा, आमचे कासव खाऊ लागले!

आजूबाजूच्या बालगोपाळांना ते एक कौतुकच झाले होते. चिवचिवाट करीत एवढ्या-एवढ्या बिट्ट्या मुलांचा घोळका कासवाभोवती जमे. पोस्टमन दारात आला की, तो कौतुकाने पाही, चौकशी करी. दूधवाला, पेपरवाला ह्या सर्वांच्याच कौतुकाचा विषय झाला होता दगड्या!

पाण्यातून फरशीवर ठेवले की, आपण कुठे आहोत याचे भान दगडूला पट्‌कन येत नसे. तो बेटा फरशीवर पोहल्यासारखे करी. मग लक्षात आले की, डुगुडुगु चाले. त्याच्या पाठीवर खवल्या-खवल्याचे कवच हे उत्तम संरक्षण होते, पण ते ओझे वागविणेही जिकीरीचे होते. रंगाने जुन्या ब्राँझसारखे दिसणारे ते कवच कष्टाने ओढताना दगडूचे ध्यान एखाद्या मध्ययुगातील योद्ध्यासारखे शोभे. फिरायला सोडले की, चांगले पाय मोकळे करावेत की नाही? पण हा दगडू शांत बसून राही. पुढे मान काढून आपल्या चमकदार मण्यांसारख्या डोळ्यांनी इकडे-तिकडे पाहत राही.

आपण थोडी हालचाल केली की मान, पाय, शेपूट आत घेऊन दगड होई. त्याच्या या मठ्ठपणाचा कधी-कधी राग येई.

त्या एवढ्या बरणीत त्याला पोहता येत नाही, म्हणून पुढे मी एक इलाज काढला. रात्री बाथरूममध्ये मोठी बादली पाण्याने भरून त्यात याला सोडायचे. तसे सोडले की, दगडू खूश होई. त्याने आनंदाने वाजविलेल्या डुबक्या मला माझ्या अभ्यासिकेत किती तरी वेळा ऐकू येत.

त्या लहानशा बरणीमध्येही कधी संध्याकाळी, तर कधी लवकर सकाळी दगडू डुबक्या वाजवी. मी म्हणे की, हा त्याचा कंटाळा घालविण्याचा उपाय आहे.

आमची बाबी म्हणे, ''नक्कीच तसं नाही. तो ठोंब्या आहे. कधी बोअर होत नाही तो.''

एके दिवशी सकाळी लवकर उठून मी लिहीत बसलो. खोलीचे दार बंद होते. आठ वाजल्याशिवाय इकडे कोणी फिरकू नका, अशी ताकीद होती; तरी सातलाच दारावर टक्टक् आवाज झाला.

दारात मुलांची आई अपराधी चेहऱ्याने उभी.

''काय झालं?''

''चूक झाली माझ्या हातून.''

मामला काही तरी गंभीर आहे, याची मला जाणीव झाली.

''काय?''

''कासव होतं, ती बादली संडासात ओतली.''

''आणि?''

''गेला तो नळीतून. दिसत नाही.''

मला विलक्षण हळहळ वाटली. त्याचे काय झाले असावे, हे सगळे मी कल्पनेने चितारले. बापड्याच्या वाट्याला कसले हे मरण आले!

स्कूटर काढून ड्रेनेज साफ करणाऱ्याला बोलावून आणले. तो आपल्या आयुधांनिशी आला. घरापाठीमागची दोन्हीही 'मेन होल्स' काढली. सगळा गाळ चिवडला. सळ्या ढोसल्या. पण तो एवढा एवढासा जीव कुठे दिसला नाही. जिवंत नाही तो नाहीच, पण त्याचा मृतदेहही नाही. पाइपमधून वाहत-वाहत कुठल्या कुठे पोहोचला तो.

सगळ्या घरादारावर संतापून मी नोकरीवर गेलो. चार-एक तासांनी संताप गेला, पण हळहळ गेली नाही.

अगदी लहानपणी मी एक पांढऱ्या होल्याचे पोर पाळण्यासाठी घरी आणले

होते. सुरक्षित राहावे, म्हणून मी ते उंच कोनाड्यात ठेवून दिले आणि त्याच रात्री मांजराने खाल्ले. त्याची पिसे माझ्या अंथरुणाशेजारी सकाळी जागा होताच मी पाहिली.

पुढे एक राघू पाळला होता. त्याचा पिंजरा धुतला आणि वाळावा म्हणून उन्हात ठेवला. तो उन्हात आहे, हे साफ विसरलो. उन्हाने भाजून राघू मेला.

एक छान कुत्रे होते. त्याला इतके उत्तम वाढवले, पण ते असेच साप चावून मेले. तो होला, राघू, ते कुत्रे आणि आता हे कासव!

संध्याकाळी घरी आलो आणि संडासाचे दार उघडले तर काय चमत्कार! पांढऱ्या भांड्यातून डोके वर काढून दगडू माझी वाट पाहत होता. मला एवढा आनंद झाला की, त्या भरात मी हात घालून त्याला बाहेर काढला आणि नळाखाली स्वच्छ धुतला.

उपनिषदात स्वर्ग पाहून परत आलेल्या कोणा नचिकेताची कथा आहे, तसा हा बेटा नरक पाहून परत आला होता. हा होता कुठे, राहिला कसा, वर आला कसा – हे सगळेच कोडे. बरे, झाल्या-गेल्याचा काही शॉक नाही. पुन्हा आपला डुबक्या वाजवीत बसला होता आनंदानं!

सध्या उन्हाळा आहे. सुट्टी लागल्यापासून मुलेबाळे बाहेरगावी गेली आहेत. जेव्हा पाहावे तेव्हा दगडू मागच्या दोन तंगड्या पसरून सुस्त असतो. त्याची खाण्यावरची वासनाही उडल्यासारखी दिसते. डुबक्या ऐकू येत नाहीत. मी कचेरीत गेल्यावर हा घरी एकटाच असतो. फिरायला सोडला तरी ज्या जागी ठेवला, त्याच जागी पंधरा मिनिटे टुकूटुकू बघत ढम्म बसून असतो.

हा नर आहे की मादी, याचा पत्ता मला नाही. पण मधूनमधून मला शंका येते की, त्याला एकटे वाटत असावे. आमच्या घरी येऊन त्याला आता वर्ष होत आले. त्याला जोडीदार आणून देणे, माझ्या कक्षेपलीकडील गोष्ट आहे. म्हणून वाटते की, मुले घरी नाहीत, तोवरच एके दिवशी ह्याला उचलावा आणि नदीत सोडून द्यावा. त्याचे स्वातंत्र्य त्याला परत मिळेल.

विमा योजनेप्रमाणे स्वातंत्र्यालासुद्धा पर्याय नाही.

■

गुंडू

सामान्यत: एप्रिल वीस ते जून बारा – हा काळ आमच्या घरात येण्यासाठी सुरक्षित असतो, हे चाणाक्ष गुंडूने कसे हेरले, याचा आजतागायत मी अचंबा करतो. शाळा-कॉलेजांना सुट्टी आणि नाटक व लग्ने यांचा मोसम असलेल्या या काळात मी एकमेव मनुष्यप्राणी घरात असताना गुंडू अचानक उगवला.

अगदी पोर नसला, तरी तो लहानच होता. चार सामान्य मांजरांपेक्षा दिसायला वेगळा होता. मांजरे काळी, काळी-पांढरी, कबरी किंवा गावठी असतात. हा चक्क बदामी रंगाचा होता आणि इतर मांजरांप्रमाणे याच्या अंगावर पट्टे किंवा दुसऱ्या रंगाची ठिगळे नव्हती. गडद किरमिजी रंगाचे ठिपके होते. अंगापिंडानेही हा चांगला भरलेला होता.

एकवार त्याने सगळे घर फिरून पाहिले. जवळ येऊन, ओरडून माझे लक्ष वेधण्याचा प्रयत्न केला. निव्वळ भूतदयेच्या पोटी मी त्याला बशीभर दूध घातले. मला वाटते, त्याच माझ्या बेसावध क्षणी, आपण या घरात राहावयाचे, हा निर्णय गुंडूने घेतला.

तसा मांजर हा प्राणी स्वत:चा आब राखून राहणारा आहे. गुंडू त्यातही विशेष होता. त्याला वळण चांगले होते. उगीच अंगचटीला येणे, जेव्हा-तेव्हा पायाला अंग घासणे, अंथरुणात शिरणे – असले वाह्यात प्रकार त्याने कधी केले नाहीत. चोरी-लबाडीसारखी अनैतिक कृत्ये करण्याकडेही त्याचा कल नव्हता. फुलदाण्या, काचेचे पेले, कपबश्या वगैरे नाशवंत वस्तूंबद्दल त्याला फाजील कुतूहल नव्हते. विध्वंसक कृत्यापासूनही तो अलिप्त होता. नैसर्गिक विधी कुठे उरकावेत आणि कोठे उरकू नयेत, यांतील तारतम्यही त्याला होते.

घरात – विशेषत: बैठकीच्या दालनात – मी एकटा वाचीत बसलो किंवा चार माणसांशी बोलत बसलो की, हा एखाद्या इमानी आणि सुस्वभावी कुत्र्यासारखा माझ्या पायांशी डोळे मिटून बसे. संध्याकाळी मी बागेत किंवा घरासमोरच्या रस्त्यावर पाय मोकळे करण्यासाठी फिरत असलो की, हा बरोबर असे. एखाद्या सुरेख सकाळी आम्ही दोघे बागेत हिंडत असलो की, नीट चालता-चालता हा माझ्या पुढ्यातल्या मऊ धुळीत लोळण घेई आणि माझ्याकडे अपेक्षेने पाही. 'या की राव! बघता काय?' असा भाव मला त्याच्या डोळ्यांत स्पष्ट दिसे.

'साप-साप!' म्हणून भुई धोपटण्याचा प्रकार माणसेच करतात, असे नाही. सुतळीचा तुकडा, दोऱ्याची गुंतवळ, चिंधी, कागदाची पिशवी – असल्या आपल्याला अगदी निरुपद्रवी वाटणाऱ्या वस्तूंनाही साप, उंदीर, घूस, पाल, झुरळ वगैरे समजून गुंडू त्याचा पाठलाग करी. त्याच्याशी दोन हात करी. त्यांना धोपटून काढी आणि प्रसंगी फाडूनही खाई. साप म्हणून भुई धोपटण्याचा प्रकार आपण नकळत करतो आणि गुंडू हे समजून-उमजून करीत असे, एवढाच फरक. पण विनोदनिर्मितीबाबत काही फरक नाही. मला अशी शंका आहे की, प्रेक्षकवर्गाला हसवण्याच्या उद्देशानेच गुंडू हा प्रकार करीत असावा. कारण एरवी एकांतात त्याने असे करताना मी कधी पाहिले नाही. हा जन्मजात सोंगाड्या आहे. प्रेक्षकांचे रंजन करावे आणि वाहवा मिळवावी, असे गुण याच्यापाशी उपजतच आहेत, असे मला वाटे.

आपल्या हक्काविषयी गुंडू फार जागरूक असे. कोंडून घातले की, तो काहीही करून कायदेभंग करी. खायला हवे असे, तेव्हा ते लांगूलचालन करून मिळविण्याऐवजी

आरडाओरडा करी.

'हा माझं डोकं खातो', अशी तक्रार घरातून माझ्या कानावर येऊ लागली; तेव्हा माशांची मोठी डोकी मी गुंडूला देऊ लागलो. ती डोकी तो चवीने खाई, ही गोष्ट खरी. इतर कोणताही पदार्थ पुढ्यात आला, तरी तो निमूटपणे खावा; पण पापलेटचे किंवा सुरमईचे डोके खाताना मात्र एक वेगळाच 'वॉवऽ वॉव्ऽ' असा संतुष्ट उद्‌गार काढावा, असे त्याचे असे. यावर छोटा बाबा म्हणे, "आईनं केलेला कोणताही पदार्थ खाताना तात्या 'वाहवा, वाहवा' म्हणतात, पण गुंडू फक्त माशाचं डोकं खातानाच तसं म्हणतो."

गुंडूची ही माशाविषयीची आवड पाहून आपण वाघाच्या शिकारीसाठी एवढे मोठे बकरे किंवा रेडकू उगीच बांधतो; त्याऐवजी सुरेख तळलेले दोन हातभर लांबीचे मासेच टांगून ठेवावेत, असा विचार नेहमी माझ्या मनात येई. कारण वाघ हा मांजराचाच नातलग नाही का?

हळूहळू गुंडूचे बालपण संपले आणि तो युवक झाला. मग मात्र कुटुंबसंस्थेविषयी त्याचा आदरभाव कमी झाला. सोंगाड्याची आपली आवडती भूमिका तर तो पार विसरला. वेळी-अवेळी, रात्री-अपरात्री बाहेर भटकू लागला. हे त्याचे वर्तन निश्चितच

शिस्तबाह्य होते. पण नाही तरी मांजर हा प्राणी 'नॉक्टर्नल' आहे, असे म्हणून मी त्याच्याकडे दुर्लक्ष केले. शिवाय त्याला त्याचे स्वातंत्र्य का मिळू नये?

या काळात रात्री-अपरात्री मधेच गुंडूच्या आव्हानात्मक गर्जना ऐकून आम्ही जागे होत असू. तो आवारातच आहे, याची खात्री होताच माझी मुलगी हातात टॉर्च घेई. मी काठी आणि बाबा बुचाची बंदूक! आम्ही बागेचे कुंपण सावधपणे धुंडाळीत असू. गुंडूचा हा प्रतिस्पर्धी 'इनफिरिअर सेक्स' म्हणजे मादी आहे, असे एक-दोनदा आढळून आल्यावर या रतियुद्धात आपण अडथळा आणावयाचा नाही, असे मी ठरविले. सुंदर-सुंदर अशा बऱ्याच मांजऱ्या या काळात आमच्या आवारात येत आणि गुंडूचे अन् त्यांचे भयानक प्रेमसंवाद ऐकून आमची झोप उडे.

एके दिवशी विलक्षण जखम होऊन गुंडू घरी आला. त्याचा डावा डोळा फुटला होता. रक्त वाहत होते. मारामारीच्या बऱ्याच खुणा त्याच्या चेहऱ्यावर होत्या. तरीपण एखाद्या मराठा सुभेदारासारखा तो आबात चालत होता आणि गर्जना करीत होता. यावरून झाले हे रतियुद्ध नसावे, तर रतीवरून झालेली सुंदोपसुंदी असावी, असा कयास आम्ही बांधला. गुंडूला कोणी तरी जबरा प्रतिस्पर्धी भेटलेला असावा.

काळजी वाटून मी गुंडूला गुरांच्या दवाखान्यात नेले. तिथेही त्याने आपल्या सामर्थ्याचे प्रदर्शन केलेच.

डॉक्टर म्हणाले, ''याचा एक डोळा फुटला आहे. औषध घातलं आहे; पण खरं सांगायचं म्हणजे मांजर स्वत:च डॉक्टर असतात. तो आपोआप बरा होईल.''

माझ्या लिहावयाच्या खोलीत पुस्तकाच्या कपाटावर गुंडूने आपली आजाऱ्याची खोली केली. ही अगदी सुरक्षित जागा होती. जेव्हा पाहावे तेव्हा तो तिथे बसलेला दिसू लागला.

काही दिवस त्याने अन्नपाणी वर्ज्य केले. मी हाक मारली की, फक्त तो 'ओ' देई. आफ्रिकेतील मसाई जमातीतील योद्ध्याप्रमाणे त्याने शारीरिक यातना गुकाट्याने सोसल्या.

– आणि आश्चर्य म्हणजे, गुंडू बरा झाला. इतका की, त्याचा कुठला डोळा फुटला होता, हे आता डॉक्टरलाही ओळखू येणार नाही.

अलीकडे गुंडू फार करून घरी असा नसतोच. तो कुठे असतो, कसा जगतो, कोण जाणे! त्याचा सगळा अवतार मात्र एखाद्या मवाल्यासारखा झाला आहे.

खूप मोठे तोंड, त्यावर जखमांच्या अनेक खुणा, केसांचे पुंजके उपडून राहिलेल्या लालसर जागा, मळकटलेले गलेलठ्ठ शरीर आणि धुंद डोळे असा आता तो दिसतो.

आताच्या त्याच्या दिनचर्येची मला कल्पना नाही, पण गुंडू हाडाचा शिकारी

आहे. कोंबडी, कबुतर, उंदीर, बुलबुल यांची शिकार मारून मोठ्या अभिमानाने त्याने ती मला दाखविण्यासाठी घरी आणलेली आहे. तो उपाशी कधीच राहणार नाही.

आसपासच्या बोक्यांशी मारामाऱ्या करून तो आता एरंडवणा भागातला दादा झाला आहे. त्याचे नैतिक वर्तन तर एखाद्या खलाश्यासारखे झाले आहे.

तरीही गुंडू चांगला आहे. त्याच्यातले दुर्गुण तुम्हाला दुसऱ्या कोणत्याही बोक्यात दिसतील; पण त्याच्या अंगी जे गुण आहेत, त्यांचा आढळ मात्र क्वचितच होईल.

खरे विचाराल, तर धंदा आणि रोजगार यांविषयी उदासीन असलेल्या गुंडूचा जीवनक्रम अनेकांना मनातून हवा असतो.

बोकाच व्हायचे, तर गुंडू व्हावे.

■

अकाली गेलेला जिम

माझ्या लिहिण्याच्या जागी बसलो आणि डाव्या बाजूच्या खिडकीतून बघितले की, ताडमाड वाढलेला प्राजक्त दिसतो. मुद्दाम बघायलाही नको; सहज नजर जातेच. सहा-एक वर्षांचे त्याचे वय असेल; पण वृक्ष म्हणावा एवढा तो आता मोठा झाला आहे. श्रावणमासात चमकदार पांढऱ्या फुलांनी हा वृक्ष अगदी वेड्यासारखा बहरतो आणि पश्चिमेकडून थंडगार वाऱ्याची झुळुक आली की, माझी खोली त्याच्या सुवासाने भरून जाते. जिमच्या आठवणीने माझे मन गलबलून येते.

आमचा गुंडू बोका जसा आभाळातून पडावा असा घरी आला आणि राहिला, तसाच जिमही आला होता.

जानेवारी महिन्याच्या सुरुवातीला एकदा सकाळच्या गुलाबी थंडीत मी अंथरुणात असतानाच बंद दाराबाहेर येऊन त्याने आक्रोश सुरू केला. अजून भली पहाट होत होती. दार उघडून मी पाहिले, तर उंबऱ्यापाशी एवढे-एवढे गुबगुबीत असे कुत्र्याचे पोर होते. आईच्या दुधावर पोसलेले त्याचे शरीर थंडीने गारठून गेले होते. त्याला ऊब हवी होती. मी बाहेर येताच त्याने पायाशी लोळण घेतले. आपले गार नाक माझ्या पायाला लावले. लालचुटूक जिभेने माझे पाय चाटले. त्याला मी उचलून घेतले. निळ्या-निळ्या डोळ्यांनी ते निराधार पोर माझ्याकडे पाहत होते आणि आपली लहानशी शेपटी हलवीत होते.

हा कुत्रा आहे आणि चांगला टुमटुमीत आहे, याच्या पिवळसर तांबूस अंगावर गोचिड्या, पिसवा नाहीत; एवढे बघून मी त्याला घरात घेतले. आधी कोमट करून दूध दिले. ते चाटण्याची त्याला इतकी घाई झाली की, पुढचे दोन्ही पाय दुधात ठेवून तो दोन वेळा ताटलीत कोलमडून पडला.

त्याची कूस फुगून टुम झाली; तेव्हा पुस्तकांचे एक जुने खोके काढून मी त्यात लोकरीचे अंथरूण तयार केले आणि टेरेसवर वाऱ्याचा झोत आत येणार नाही अशा आडोशाला हे खोके ठेवून दिले.

सुस्तावलेला जिम लगेच अंगाचे वेटोळे घालून गुरूगुरू झोपून गेला. आधीच आमच्या रेशनकार्डावर गर्दी होती. कुटुंबप्रमुख, कुटुंबप्रमुखाचे कुटुंब, दोन मुले, एक बोका, एक पांढरा ससा, दोन कोंबड्या – एवढी खाणारी तोंडे होती. त्यातच जिमचेही नाव नोंदले गेले.

सर्वसाधारण कुत्र्याचे बालपण जाते, तसेच जिमचेही गेले. धनगरी जातीच्या कुत्र्याचे नाव जिम का ठेवले, म्हणून कोणी विचारील. हा अपराध माझा नाही. माझ्या लहान मुलीने त्याचा नामकरणविधी केला होता.

माझ्या हातातल्या वर्तमानपत्राच्या सुरळीने वरचेवर मार खाल्ल्याने उंबऱ्याच्या आत यायचे नाही, हा धडा तो पक्का शिकला. टेरेस, बाग आणि खोके इथेच त्याचे

बालपण गेले. कधी डोअरबेल वाजताच तो भयंकर घाबरून खोक्यात जाऊन दडला, कधी रात्री काल्पनिक शत्रूला पाहून त्याने भयानक आरडाओरडा केला. दात शिवशिवू लागले; तेव्हा त्याने कधी कुणाचे बूट, कुणाच्या चपला कुरतडल्या. कधी बाटलीची बुचे गिळली, तर कधी लाकूड खाल्ले.

सर्वच कुत्र्यांना अंघोळीची धास्ती का वाटते, हे मला कोडे होते. कदाचित डोळ्यांत जाणारा साबण आणि कानात जाणारे पाणी, हे त्याचे कारण असावे. लहान वयात जिमची पाक्षिक अंघोळ हा आमच्या घरी मोठा सोहळा असे.

जिम अंघोळीच्या वेळी मोठाच दंगा करी. वाट्टेल ते करून ओल्या अंगाने सुटून पळावे, दोन वेळा अंग झाडावे आणि बाहेर धुराळ्यात मनसोक्त लोळावे – हा त्याचा इरादा मोडून काढणे, ही फार धैर्याची आणि चातुर्याची गोष्ट असे.

अबडेक ड्रॉप्स, दायकॅल्फससारखी औषधे, कॅल्शियम पावडर आणि डॉग्ज बिस्किट्स असे सगळे मिळाल्यामुळे जिम फार भराभर वाढला आणि अजून वर्षाचा झाला नाही, तोवर ताडमाड दिसू लागला.

लहानपणापासून दोन पायांवर उभे राहून माझ्या हातातील बिस्कीट घ्यावे लागल्यामुळे की काय, कोण जाणे; त्याची लांब छान झाली होती. झिपऱ्या जातीचा असल्यामुळे त्याच्या लोंबत्या कानांच्या कोक्यांवर चांगले लांब काळे करडे केस होते. लांबोडके तोंड, चमकदार डोळे, चिंचोळे पोट आणि लांबलचक केसाळ शेपटाचा फराटा – असे जिमचे रूप मोठे संपन्न होते.

वयाने वाढला, तरी त्याच्या हातून कधी अमर्यादा घडली नाही. तो कधी कुणाला चावला नाही. सांगितले तर खरे वाटणार नाही, पण तो उंबरा ओलांडून घरातसुद्धा आला नाही. घरातील कोणी माणूस फार वेळ नजरेला पडले नाही म्हणजे दारात बसे आणि उंबऱ्यावर तोंड ठेवून आत बघत राही. देईल ते खाई. सहसा खाण्याच्या वेळी कुत्रा कुणाला जवळ येऊ देत नाही. याचे अर्धे जेवण ओढून घेतले तरी तो गुरगुरत नसे.

जिमसाठी लाकडाचे एक सुरेख घर आमच्या पंढरपूरच्या मिस्त्रीने करून दिले होते. ते रंगवून माझ्या मुलीने दर्शनी भागावर, छत्री घेऊन चाललेल्या कुत्र्याचे चित्र काढून 'जिम्स कॉटेज' असे नावही त्या घरावर लिहवून घेतले होते.

आपले हे स्वतंत्र घर जिमला विलक्षण आवडत असे. थिबा राजाप्रमाणे तो त्या घरात बसून फाटकातून आल्या-गेल्यावर नजर ठेवीत असे.

अकारण कधीही कुणावर भुंकणे जिमला पसंत नव्हते. फक्त वेडीविद्री किंवा अस्वच्छ-फाटक्या कपड्यांतली माणसे त्याला आवडत नसत. नेहमीप्रमाणे वेगळे असे काही दृश्यही त्याचे डोके उठवी. नित्य घरी येणारे मिस्त्री एकदा डोक्यावर खुर्ची घेऊन आले, तेव्हा जिमने त्यांना आत पाऊल टाकू दिले नाही. ज्या खुर्चीवर बसायचे, ती डोक्यावर घ्यायची म्हणजे काय? प्रसंगी कुणाला डोक्यावर घ्यावे

लागते; पण त्यातही निवड हवीच ना!

माझ्याबरोबर सकाळी सहलीला बाहेर पडणे, हा जिमचा आनंदाचा भाग असे. वाटेत त्याने इकडे-तिकडे धावू नये, नित्यापेक्षा वेगळे वागणाऱ्यावर तोंड टाकू नये, कुठे स्वकीयांशी युद्धे करू नयेत; म्हणून मी जर त्याला साखळी लावली, तर नाना उपायांनी तो आपला निषेध प्रकट करी. मी इकडे जाऊ लागलो, तर त्याला नेमके विरुद्ध दिशेला जायचे असे. नको त्या ठिकाणी प्रातर्विधी कर, जिथे काहीही नाही अशा ठिकाणी डोकावून, हुंगून बघ; ऐनवेळी मट्कन रस्त्याच्या मध्यभागी बस, भोकाड पसर – अशा शहाण्या कुत्र्याने करू नयेत, त्या गोष्टी तो हमखास करी. हे लक्षात येताच मी त्याला स्वातंत्र्य बहाल केले. सहलीला जाताना त्याला साखळी लावणे सोडून दिले.

हनुमान टेकडीवर सुरेख धुके असे. उगवत्या सूर्याचा पिवळा प्रकाश या दाट धुक्यात मिसळल्यामुळे टेकडीचा माथा कसा अद्भुतरम्य दिसे. माझी लहान, आखूड छडी तोंडात घेऊन या दवाने भिजलेल्या क्रीडांगणावर धावताना जिमला स्वर्गीय सुख होई.

ही छडी वरचेवर मी दूर फेकावी आणि ती धावत जाऊन आपण आणावी. कधी उतारावरून मी तुफान वेगाने धावावे आणि त्याने मला हरवून पुढे जावे. कधी-कधी त्याने गवतात लोळावे आणि मीही तसेच करावे, अशी जिमची इच्छा असे. एकमेकांशी काहीही न बोलता आमचा तास-दीड तास मोठ्या मजेत जाई. एवढा चांगला सोबती आजवर मला मिळाला नव्हता.

कधी कुक्कुट-कुंभ्यामागे, तर कधी सरड्यामागे धावावे, घोरपडीची बिळे शोधून काढावीत, रानमांजरांची पाकट काढावी, खारींना भिववावे – असेही आम्ही करीत असू. कधी मी पुस्तक घेऊन टेकडीवर जाई आणि उन्हाला बसून वाची. तेव्हा मात्र जिमला फार बोअर होत असे. काही वेळ माझ्याशेजारी तो बसून राही आणि वैतागून माझ्याच अंगावर भुंकू लागे. त्याच्या या वागण्यामुळे मी हसू लागलो, म्हणजे त्याचे भुंकणे वाढत जाई.

प्रत्येक कुत्र्याच्या मालकापाशी सांगण्यासारखी काही विशेष गोष्टी असतात – शौर्याच्या, चातुर्याच्या, विलक्षण शहाणपणाच्या. माझ्यापाशी तसले काही नाही. जिम हा चांगला कुत्रा होता, एवढेच! हां, कदाचित तो जास्ती जगता, तर त्याच्या हातून सांगण्यासारखे खचित घडले असते, याबद्दल मात्र मला शंका नाही. तसा तो 'प्रॉमिसिंग यंग डॉग' होता.

नियतीचा खेळच असा असतो की गुणी, हुशार, प्रॉमिसिंग अशी माणसे पुष्कळदा जग अकाली सोडून जातात आणि ओळखीची माणसे अनेक वर्षे हळहळत राहतात. जिमचे तसेच झाले. दोन-अडीच वर्षांतच तो गेला.

मे महिना होता. घरी मी एकटाच होतो. जिम थोडा आजारी होता. विशेष काही नव्हते, पण त्याची अन्नावर वासना नव्हती.

त्या दिवशी दूधवाला आलाच नाही. घरात मुलासाठी आणलेली दुधाची पावडर होती, तिचे दूध करून मी जिमला दिले आणि रात्री त्याला आपल्या घरात बांधून टाकले.

दहा-साडेदहा वाजेपर्यंत मी लिहीत बसलो होतो. मधेच याची कुरकुर ऐकू आली म्हणून उठलो आणि याला 'बाहेर' जाऊन यायचे असेल, अशा हिशेबाने जिमला मोकळे केले. फाटक उघडताच तो अंधारात दिसेनासा झाला.

मी परत पेन घेऊन बसलो. पंधरा-एक मिनिटे गेली असतील-नसतील, वर्मावर घाव बसावा असे त्याचे ओरडणे ऐकू आले. मी धावत बाहेर आलो. दरवाजा उघड, फाटक उघड, रस्त्यावर जा – यात काही वेळ गेला.

अंधाराकडे बघून हाका मारल्या, पण जिमचा आवाज आला नाही. शेजारच्या बाईंनी बाहेरचा दिवा लावला होता. त्या म्हणाल्या, "हा बघा, इथं आहे."

मी धावत जाऊन पाहिले, तर त्यांच्या फाटकात जिम निश्चेष्ट पडला होता. हालचाल नव्हती. फक्त तोंड मिटत-उघडत होते. बाईंनी पाणी आणले. ते मी त्याच्या उघड्या तोंडात घातले आणि दोन-तीन मिनिटांतच जिम गेला.

जीभ बाहेर होती. तिच्यावर रक्ताचा लाल ठिपका होता. बापड्याला त्या पलीकडच्या गवतात साप तर चावला नसेल? एवढ्या तडकाफडकी हा गेला कसा? रात्रभर तर मला झोप कशी ती आली नाही!

भल्या पहाटे उठलो आणि खोरे-कुदळ घेऊन बागेच्या कोपऱ्यात खड्डा खणला. जिमच्या पायाला दोरी लावून कुणी ओढत नेऊन त्याला दूर टाकलेले मला पाहवले नसते. जिमची ती थाळी, त्याचे पाणी पिण्याचे भांडे, त्याची साखळी आणि ती माझी छडी – सारे मी त्याच्याबरोबर त्या खड्ड्यात ठेवले, जिमला झोपविले आणि माती लोटली. सकाळी शोधाशोध करून एक प्राजक्ताचे रोप मिळविले आणि त्या जागेवर लावले. तो प्राजक्त आता केवढा झाला आहे.

श्रावणमासात तो चमकदार पांढऱ्या फुलांनी बहरतो. पश्चिमेकडून थंडगार वाऱ्याची झुळुक आली की, माझी लिहिण्याची खोली त्याच्या सुगंधाने भरून जाते. जिमच्या आठवणीने माझे मन गलबलून येते.

माणसाप्रमाणे पुण्यवान प्राण्यांनाही स्वर्ग मिळतो का? तसे असेल, तर तोंडात छडी घेऊन जिम तिथल्या हिरवळीवर आनंदाने उड्या मारीत असेल आता!

■

आमचे पण दोन ससे

'सशांना शिंगे नसतात आणि ते इतके चपळ असतात की, पाहता-पाहता हातूनही निसटून जातात.' – सौंदर्यशास्त्रातील एक-दोन ससे : बा. सी. मर्ढेकर.

अगदी सकाळी-सकाळी फाटकाशी सायकल थांबली आणि हाका ऐकू आल्या, ''साहेबऽ ओ साहेबऽऽ''

''कोण आहे?''

''मी शंकर वैदू.''

रामप्रहरी हा कोण शंकर वैदू दाराशी आला, म्हणून उठून बाहेर गेलो; तर सायकल हातात धरून धोतर, सदरा घातलेला मिशावाला वैदू उभा. याची-माझी ओळख अगदी अलीकडे झालेली होती. त्याला शिकारीचा नाद होता आणि वर्दी घेऊन कधी तरी तो माझ्याकडे येणार होता. पुरंदरच्या बाजूला मला शिकारीला घेऊन जाणार होता.

आज शनिवार होता. कदाचित 'रविवारी अमुक ठिकाणी येतोस का, सायाळीचे बीळ पाहिले आहे.' असे सांगायला तो आला असेल, असे वाटून मी म्हणालो, ''काय रे?''

तर, हँडलला अडकविलेल्या गोल दुरडीकडे नजर करून तो म्हणाला, ''शिकार झालीय, घेतोस का?''

दुरडी भलीमोठी होती. निरगुडीच्या फोकांनी विणलेली आणि तिचे तोंड जाळ्याने गुंफून बंद केले होते. आत काय आहे, हे सहज दिसत नव्हते.

''काय आहे?''

''सशाची जोडी.''

दुरडीला डोळे लावून मी पाहिले, तर दोन रानससे कान पाडून बसलेले!

हल्ली दारावर हरएक चीज येते. बूट पॉलिशवाल्यापासून सतरंजी-कार्पेटवाल्यापर्यंत आणि मुंबई पापलेटपासून मटारशेंगेपर्यंत काहीही आपल्या दाराशी येते. पण कधी काळी जिवंत ससे धरून कोणी आणील, याची मला कल्पना नव्हती.

वैदू म्हणाला, "बघ, तू घेशील म्हणून आशेनं आलोय, दहा रुपयाला जोडी देतो."

"हे कुठं मिळालं तुला?"

"मिळालं डोंगरात काल."

हा बनाव कसा घडला असेल, ते सर्व चित्र माझ्या डोळ्यांपुढे उभे राहिले.

हा शंकर आणि याची दोन-चार पोरे मिळून काल डोंगर हिंडली असतील. वळणाच्या जागा हेरून त्यांनी 'वागर' म्हणजे 'टेनिस नेट'सारखे भले लांबडे जाळे उभे केले असेल आणि डोंगर काढला असेल. पोरांनी झुडूप न् झुडूप तपासले असेल. हा-हो करून झुडपांतून, निवडुंगातून, जाळ्या-जाळ्यांतून धोंडे फेकले असतील. दांडकी खुपसली असतील आणि चार-सहा तास अशी शोधाशोध केल्यानंतर एखाद्या झुडपातून टाण्‌कन सशाची जोडी उडाली असेल. प्रचंड गोंगाट झाला असेल. नेमक्या वळणाने पळणारे ससे बरोबर त्या जाळ्यात जाऊन अडकले असतील, धडपडले असतील आणि चपळ वैदूंनी पळत जाऊन त्यांना पकडले असेल. कानाला धरून दुरडीत टाकले असेल.

"नेहमी मिळतात हे असे?"

"मिळतात कधी-कधी. लई हिंडावं लागतं."

"मिळाले की विकतोस ससे?"

"हां, तर कशाला?"

मी फालतू चौकशीच करतो आहे, धंद्याची गोष्ट करीत नाही, हे पाहून शंकर घाईला आला. म्हणाला, "घेतोस का? न्हाई तर जाऊ दे मला! उशीर झालाय मला. पार हडपसरला जायाचं आहे."

दरम्यान, माझा लहान मुलगा बाहेर आला होता आणि वाकून-वाकून दुरडीत पाहत होता. तांबड्याचुटूक डोळ्यांचे आणि मिशावाली तोंडे मुलूमुलू हलविणारे ते दोन गोंडस ससे पाहून त्याला केवढा तरी हर्ष झाला होता. ससे घेण्याचा माझा विचार दिसत नाही, हे पाहून तो म्हणाला, "घ्या तात्या, आपण पाळू."

"अरे, ते रानातले ससे आहेत. ते पिंजऱ्यात राहायचे नाहीत. काय रे शंकर?"

"ऱ्हातील की रे; त्याला काय होतंय? हरळी-पानी दिलं, म्हंजे झालं."

"मग ठेवून जा दुरडीसकट.''

"दुरडी मला लागंल की दादा.''

"दुसरी विणून घे. आम्ही पिंजरा आणीपर्यंत ससे ठेवणार कुठे?''

थोडा वेळ विचार करून शंकरने दुरडी काढली आणि म्हटले, "बरं तर, ठीव.''

गॅरेजमध्ये दुरडी ठेवून शंकर निघून गेला आणि आमची धावपळ सुरू झाली. सर्व घरदार हरळी शोधू लागले. माळ्याच्या खुरप्याखाली वाचलेली हरळी बागेत कुठे-कुठे तग धरून होती. तिची कोवळीशी जुडी दुरडीत अलगद सोडण्यात आली. कारण पिसाळलेला ससा चावतो, असे मला कोणी सांगितले होते. सिंदबादच्या एका सफरीत त्याला कुठल्याशा राजाने खोल विवरात सोडला आणि बरोबर सात दिवस पुरेल एवढे अन्न दिले, अशी हकिगत आहे. त्याप्रमाणे हरळी आणि पाण्याचे भांडे आम्ही वरून आत सोडले.

लवकरच मुलाने आपले खेळगडी जमा केले. एवढी-एवढी मुले सशाच्या दुरडीभोवती, गुडघ्या-कोपरांवर येऊन त्यांना बघू लागली, हाका मारू लागली.

रानातल्या सशांनी एवढी मुले कधीच पाहिली नसतील आणि एवढा गिल्लाही कधी ऐकला नसेल, त्यामुळे ते भेदरून गप्प बसून होते.

दरम्यान मी एक अतर्क्य अशी योजना डोक्यात तयार केली. आमच्या गावाकडे 'बेंदराची कळ' पाळतात. म्हणजे, सगळे गाव मिळून बेंदराचा सण झाल्यावर दुसऱ्या दिवशी शिकार खेळायला बाहेर पडते. गावापासून सात-आठ मैलांवर दोन कुरणे आहेत. एक डबईचे आणि दुसरे लोटेवाडीचे. पूर्वी या कुरणात हरणे, लांडगे, माळठिसकी, ससे मिळत. मिळालेली शिकार घेऊन सगळे गाव 'दीन' गाजवीत संध्याकाळी घराकडे परत येई. शिंगे, तुताऱ्या, ढोल-पिपाण्या यांचा गजर होई. शिकारीचा 'रवा' घरोघरी जाई.

अलीकडे ही प्रथा मोडली होती, कारण त्या कुरणात आता जनावरच राहिलेले नव्हते. लागोपाठ दोन-तीन वर्षे गावातली उमदी पोरे कुरणे चाळून रिकाम्या हाताने, थकल्या पायांनी आणि भुकेल्या पोटांनी परत आली होती. मग नंतर पुढच्या वर्षी कोणी गेलेच नव्हते.

माझ्या मनात विचार येई की, या दोन्ही कुरणांतून जनावरे सोडली पाहिजेत. पाच-सात वर्षांतच राहो; पण जंगलात, कुरणात पाखरे, जनावरे ही हवीतच.

बापू रामोशी हा गावाकडचा माणूस पुण्यात होताच. हा गेली कित्येक वर्षे माझ्याबरोबर रानोमाळ हिंडला होता. सुट्टी घेऊन विश्रांतीसाठी मी माडगूळला गेलो की, माझा मुक्काम रानातील आमच्या झोपडीत असे. मी आल्याचे कळताच

आपल्या रोजगारातून सुट्टी घेऊन बापू माझ्या दिमतीला जो हजर होई, तो तीन आठवडे कुठे हलत नसे. आमची रोज भ्रमंती सुरू असे. आज बुध्याळच्या तळ्याला जाऊन बदके मारून आण, उद्या लेंगरवाडीच्या माळावर पकुर्ड्या मारायला जा, कधी लोटेवाडीच्या कुरणात ससे बघ, तर कधी डबईच्या कुरणात माळठिसक्यांचा माग काढ – असे आमचे चालू असे. जातीने उत्तम रामोशी असलेला बापू वयाने माझ्या बरोबरीचा होता आणि ज्याला 'जंगलक्राफ्ट' म्हणतात, त्यात तो अत्यंत हुशार होता. हा आपल्या घरी – म्हणजे पुण्याला उपयोगी पडेल, म्हणून अण्णांनी त्याला आणून आपल्या बंगल्यावर गेली काही वर्षे रखवालदार नेमलेला होता. त्याची वार्षिक सुट्टी आता आली होती. एक-दोन दिवसांत तो गावी जाणार होता. त्याच्याकडे ही दुरडी द्यायची आणि सांगायचे की, लोटेवाडीच्या कुरणात हे ससे सोडून दे; कारण सशांची वाढ कुरणात फार झपाट्याने होते.

तिसऱ्या प्रहरी मी हळूच जाऊन दुरडीला डोळा लावला, तर हरळीची जुडी सशांनी खाल्ली होती आणि पाण्याचे भांडे सांडून टाकले होते. संध्याकाळी मंडईत जाऊन मेथीची व एक कोथिंबिरीची एक अशा दोन अगदी मोडाच्या कोवळ्या लुसलुशीत जुड्या घेऊन आलो. त्या दुरडीत सोडल्या, पाण्याचे भांडे भरले आणि गॅरेजचे दार ओढून घेतले. वैदूने ती टोपली अशी केली होती की, बोक्याला, कुत्र्याला या सशांना धक्का लावणे अशक्य होते.

निरोपाप्रमाणे रात्री बापू रामोशी आला. माझी योजना ऐकून त्याला हसू आले. तो म्हणाला, ''तात्या, अशा पद्धतीनं कुरण कधी भरायचं जनावरांनी? तवर तुमच्या-माझ्या माना हलायला लागतील.''

मी भलताच आशावादी होतो. म्हणालो, ''बघ तू, पाच वर्षांत कुरणात किती ससे आढळतात ते. तुमच्या लोकांनी रोज कुरणात कुत्री सोडली, तर मात्र काही राहणार नाही हं!''

बापू म्हणाला, ''छ्या-छ्या, आमी तसं कसं करू?''

''मग तू केव्हा निघतो आहेस गावी जायला?''

''उद्या संध्याकाळच्या गाडीनं.''

''रेल्वेनं?''

''हां, सशास्नी तिकीट बसतं का?''

''माहीत नाही गड्या. मी चौकशी करतो. बसत असलं, तर काढू.''

रामोशीच तो. त्याने काही विचार केला आणि म्हटले, ''दुरडीच हाय नव्हं का? मग धोतरात बांधून गठळं नेल्यावानी नेईन. कशाला लागतंय तिकीट न् फिकीट!''

''काहीही कर; पण बंदोबस्तानं ने, म्हणजे झालं. शिवाय मी आता वैदूला सांगून

ठेवेन, जोडी सापडली की घ्यायची आणि तिकडे पाठवून द्यायची.''

"बरं.''

सकाळी जाग येताच आधी जाऊन मी ससे पाहिले. कान हलवून ते पाहत होते. भाजीच्या जुड्यांना मात्र त्यांनी तोंड लावले नव्हते. पुन्हा बाग धुंडाळून आम्ही हरळी दुरडीत टाकली.

चार वाजता माझा मुलगा धावत आला आणि म्हणाला, "तात्या, आपले ससे झोपलेत. शुक्-शुक् केलं तरी जागे होत नाहीत.''

मी जाऊन पाहिलं, तर दोन्हीही ससे मरून गेले होते. कशानं, ते काही कळलं नाही. स्वतंत्र वनवृत्तीच्या सुखाला घडी-घडी स्मरून सशांनी प्राणत्याग केला होता.

बापू आला, तेव्हा त्याला मी म्हणालो, "ससे एकाएकी मेले बापू.''

तर तो म्हणाला, "जंगली जनावर धरून आणलं की, जिवाला लावून घेऊन मरतंच. तात्या, मी कालच ही शंका बोलायचा; पण म्हटलं, कशाला तुमाला खट्टू करा. जाऊ द्या, झालं!'

मला पुन्हा एकवार पटलं की, विमा योजनेप्रमाणेच स्वातंत्र्यालासुद्धा पर्याय नाही.

■

भय

संध्याकाळी साडे-सहाचा सुमार होता. मी भटकण्यासाठी बाहेर पडलो होतो. हा उष्णकाळ आहे, हे डोंगरमाथ्यावर मुळीच जाणवत नव्हते. थंडगार वारे वाहत होते. ठिकठिकाणी नवी पालवी फुटलेले वृक्ष माना डोलवीत उभे होते. आंब्यांवर कैऱ्या दाटलेल्या होत्या. बकुळ वृक्ष फुलले होते. पिवळा चाफा घमघमत होता. बकुळीच्या आणि सोनचाफ्याच्या सुगंधाने थंडगार हवा अधिक सुखद वाटत होती. कुठे माणसांची गर्दी नव्हती. वाहनांची वेडी धावपळ नव्हती. कसलेही कर्णकटू आवाज होत नव्हते. सारे कसे शांत, उल्हसित आणि निर्भय होते.

वाट नेईल, तिकडे मी हिंडत होतो. कधी वाट सोडून आत जात होतो. मध्येच एक रानवट औदुंबर वृक्ष भेटला. त्याच्यावर बुलबुलांनी गर्दी केली होती. लहान-लहान उंबरांनी डहाळ्या भरलेल्या होत्या. ही उंबरे पिकली होती आणि सुस्वर गाणारे बुलबुल फलाहार करीत होते. गोड उंबरे खाता-खाता ते मध्येच उडत होते आणि गात होते. या एवढ्याशा औदुंबरांवर किती बुलबुल जमा झाले होते – पन्नास, शंभर, सव्वाशे... डहाळीवर पाहावे तिथे बुलबुलच दिसत होते!

काही वेळ त्या झाडाखाली उभा राहून मी पुढे निघालो. विस्तीर्ण माळरान लागले. मधेच एक लहानसा दर्गा होता. एक सुकलेले तळे होते आणि त्यापलीकडे आडवी डोंगरमाथ्याची सीमारेषा होती. खोल खाली झाडेझुडे, शेते, घरे दिसत होती.

त्या शांततेत एकाएकी चीत्कार उठला आणि लांब त्या टोकापासून दोन भलीमोठी माकडे एकमेकांचा पाठलाग करीत, डोंगरकड्याच्या अगदी कोरेवरून धावत माझ्या दिशेने येताना दिसली. बराच वेळ त्यांचे ते लोंपाट चाललेले दिसले. पण हे भांडण नव्हते; क्रीडा होती. कुठे तरी अन्न शोधण्यासाठी गेलेली माकडांची

एक भलीमोठी फौज परतत होती. एकामागोमाग एक अशी किती तरी माकडे येताना दिसली. काही मोठे हुप्पे होते. काही लेकुरवाळ्या बाया होत्या. तरणी पोरे होती. पोरी होत्या. ते सारे लटांबर उतारावरून खाली उतरत होते. आयांच्या पोटाला पोरे चिकटलेली होती आणि आया जमिनीवरचे काही वेचीत, तोंडात टाकीत चालत होत्या. अशा निर्जन माळरानावर वेचून खाण्याजोगे त्यांना काय मिळत होते, कोण जाणे! मधेच ती वितीएवढी पोरे आयांची पोटे सोडून आजूबाजूला तिरतिरत होती आणि काही न दिसताच भीतीने टाण्‌कन उडून परत धावत येऊन आईच्या पोटाला चिकटत होती. पोरे, बाप्ये, बाया सगळे कुठे तरी परतत होते आणि परतता-परतता जमिनीवरचे खाद्यपदार्थ उचलून तोंडात टाकीत होते.

काही माकडे अगदी डोंगरकड्याच्या कोरेवरून पळत होती. क्षितिजाच्या पार्श्वभूमीवर चाललेला त्यांचा पळापळीचा डाव बघत मी उभा होतो. त्यांचा खेळ चालला होता आणि माझी करमणूक होत होती.

डोंगरकोरेवर आता या कडेपासून त्या टोकापर्यंत माकडेच माकडे दिसत होती. नाही म्हटले, तरी तीस-पस्तीस असावीत. ही आता रात्रीच्या निवाऱ्याला जातात कुठे, म्हणून मी पाहत होतो. एवढ्यात त्या टोकाला कोणी तरी 'खॉक्ऽ खॉक्ऽ खॉर्ऽ खॉर्ऽ' असा आवाज केला आणि सगळी फौजच्या फौज सावध झाली. कसली तरी धोक्याची सूचना झाली होती. लहान पोरांना आयांनी जवळ ओढून घेतले. तरणी पोरे पांगली होती, ती एकत्र झाली. उड्या मारणे, पळणे एकदम बंद झाले. बसल्या जागी माकडे चित्रासारखी स्तब्ध झाली आणि एक-एक हुप्प्या उठून माझ्याकडे पाठ करून कड्याच्या कोरेवर बसून खाली पाहू लागला. वाकून-वाकून पाहू लागला. क्षणार्धात सगळी माकडे ओळीने तशीच बसली आणि अगदी गप्प राहून खाली पाहू लागली. पार खाली जंगलातील पायवाटेवर त्यांना काही सावज तर दिसले नाही ना?

हळूहळू चालत मीही कड्याच्या कोरेवर जाऊन

उभा राहिलो आणि वाकून पाहू लागलो. खाली खोलवर उतार होता. झाडाझुडपांचे गचपण होते. दगडांचे ढीग होते. एखादा बिबट्या किंवा तरस घळीकडे परत जाताना त्यांना दिसला की काय, म्हणून मी लक्षपूर्वक पाहत राहिलो.

माकडे स्तब्ध बसून पाहत होती. आवाज नव्हता, हालचाल नव्हती. त्यांनी नक्कीच काही तरी पाहिले असावे. मला त्यांच्याइतके वाकता येत नव्हते आणि त्यांच्याएवढी तीक्ष्ण नजरही माझ्यापाशी नव्हती. पाच-सहा मिनिटे अशा घबराटी अवस्थेत गेली आणि मोठ्ठे बाप्ये, बाया अजून स्तब्ध बसून बघत आहेत, तोवरच पोरेसोरे हलू लागली. कड्यावर डहाळे आलेल्या फांद्यांवर उड्या घेऊन काही जण फांद्यांच्या टोकाशी जाऊन खाली वाकून बघत बसली.

सूर्य मावळला होता. आता अंधार होणार होता. माझ्यापाशी बॅटरी नव्हती. घरची वाट अर्ध्या-पाऊण तासाची होती. परत फिरणे भाग होते. अत्यंत चौकसपणे पाहूनसुद्धा मला काही दिसले नाही. माकडे कशाला भ्यायली, हे कळले नाही. अंधार पडल्यावर परतीची वाट सापडणार नाही, म्हणून त्या भीतिग्रस्त जमावाला तिथेच सोडून मी परत फिरलो.

भीतीचे कारण मला कळले नाही; पण चौफेर उधळून न जाता भीतीकडे उघड्या डोळ्यांनी पाहत, कड्यावर बसलेल्या माकडांचे मला कौतुक वाटले. माकडे शूर होती.

असे म्हणतात की, भीती ही गोष्ट माहीतच नाही, असा माणूस फक्त कादंबरी-लेखिकेच्या किंवा खालच्या तळावर राहून लढाई करणाऱ्या सैनिकांच्या कल्पनेतच असू शकतो. हीरोसंबंधीची आपली श्रद्धाच अशी असते की, त्याला भीती कधी शिवत नाही. ज्याला भय आहे, तो हीरो कसला? पण भीती माहीतच नसेल, तर शौर्याला अर्थच नाही.

आपल्याला भय वाटते, याची लाज का बरे वाटावी? आयुष्याची तीस वर्षे ज्याने नरभक्षक वाघाची शिकार केली, त्या जिम कॉर्बेटने अनेक ठिकाणी 'मला विलक्षण भय वाटले आणि माझ्या दोन्ही कानांमागून गार घामाचे ओघळ सुटले', असे न लाजता लिहिले आहे. भीतीत लज्जास्पद असे काही नाही. भीती माहीत असून तिला तोंड देणे, हेच खरे शौर्य.

– आणि रामदास म्हणतात, ते खरेच आहे. 'वाजे पाऊल आपुले, म्हणे मागे कोण आले', अशीच भीतीची तऱ्हा असते. जे जादा कल्पक असतात, त्यांनाच भयाचा आजार होतो. त्यांना संकटाची नुसती अस्पष्ट जाणीव झाली की, लगेच ते पराचा कावळा कसा करतात बघा! म्हणून विलक्षण कल्पक असण्यापेक्षा माणसाने थोडे-फार मठ्ठ असणेच बरे. त्यामुळे आयुष्य सुखाचे होते आणि अशी मठ्ठ

असण्याची खबरदारी ज्याने घेतलेली नाही; त्याने एखादा बेचव, गद्य माणूस संगतीला ठेवावा. तो तुम्हाला ताळ्यावर आणतो. डॉन क्विझोटने हे शहाणपण दाखविले आहे. त्याच्या कल्पनेने आठी दिशांना प्रचंड राक्षस उभे केले, पण सोबतीला 'सॅन्को पॅन्झा' होता. गाढवावर स्वार होऊन तो आपली रुंद तलवार सतत परजीत राहिला. धन्याच्या कल्पनेचा फुगा फुगला रे फुगला की, आपली तरवार खुपसून तो त्याचा पार चिंधीचोळा करून टाकी!

■

हरवलेले बालपण

मला वाटते, गावाचे नाव तडवळे होते आणि ते सातारा जिल्ह्यात होते.

बघणाऱ्याने चकित व्हावे, एवढ्या सुधारणा गेल्या तीस वर्षांत या लहानशा गावात झाल्या होत्या. जुनेपाने, दरिद्री, मागासलेले तडवळे नाहीसे होऊन त्या जागी आता नवे, समृद्ध तडवळे झाले होते. या गावाच्या गोष्टीवर आधारित असा 'बदल' नावाचा कार्यक्रम आकाशवाणीवर प्रजासत्ताकदिनाच्या निमित्ताने करावा, म्हणून जामानिमा घेऊन प्रत्यक्ष ध्वनिमुद्रणासाठी आम्ही त्या गावी गेलो होतो.

ध्वनिमुद्रण चालू होते. गावकऱ्यांची गर्दी झाली होती. गावकऱ्यांच्या बोलण्यात किन्ही, किन्ही असा कोण्या गावाचा उल्लेख वरचेवर आला, तेव्हा मी सहज चौकशी केली, "किन्ही म्हणजे किन्हई तर नव्हे?"

"हां-हां, तीच.'

"ते गाव इतकं जवळ आहे इथनं?"

"अहो, ह्या हितं – फार झालं, तर चार मैल असेल.''

मी पुन्हा खात्री करून घेतली.

"पूर्वी औंध संस्थानात होतं, तेच ना हे गाव?"

"हां. तेच-तेच.''

माझी ही उत्सुकता पाहून गटविकास अधिकाऱ्यांनी म्हटले, "तुमचं तिथे कोणी आहे काय साहेब?"

मी स्वतःशीच पुटपुटल्यासारखा बोललो, "हो, माझं बालपण तिथं आहे.''

अचानक लाभ व्हावा, तसा मला आनंद झाला. बरोबर तेहेतीस वर्षांपूर्वी या निसर्गरम्य टुमदार गावात माझ्या बालपणीची सुंदर वर्षे मी घालविली होती. हे गाव,

पंतप्रतिनिधींचा राजवाडा, गावाच्या बरोबर मधून वाहणारी वांगना नदी, फुलांच्या आणि फळांच्या बागा, राजेसाहेबांच्या हत्तीला वर्षभर लागणारे गवत पुरविणारी इथली डोंगरपठारे आणि गावात नदीकाठी असलेली काळ्या पाषाणाची शांत, प्रसन्न देवळे... या सर्वांत माझे अवघे बालपण दुडदुडत होते. ते आता किती तरी वर्षांनी तस्सेच्या तस्से मला बघायला सापडणार होते.

मी विचारले, ''का हो, ते डोंगरावरचे यमाईचे देऊळ आता कसे आहे?''

अधिकारी म्हणाले, ''पार वरपर्यंत मोटार जाते; पायऱ्या चढायची दगदग नाही. आपण म्हणत असाल, तर आज दुपारी जाऊन येऊ.''

मी म्हणालो, ''जाऊ या.''

धुरोळा उडवीत आमची जीप धावत होती. समोर दिसणारा यमाईचा डोंगर जवळ-जवळ येत होता.

'...खुणा गावच्या दिसू लागल्या, स्पष्ट मला लोचनीं,
उडे किती खळबळ हृदयांतुनी....'

वरचे देऊळ, त्याचे शिखर दिसले.

– आणि मला सनई-चौघडा ऐकू आला....

देवस्थानचे वहिवाटदार म्हणून काम पाहत असलेले माझे वडील, उन्हाच्या आधी पायऱ्या चढत होते. त्यांच्या डोक्याला जांभळ्या रंगाचा जरीकाठी रुमाल होता, अंगात पिवळ्या रंगाचा लांब कोट होता. खांद्यावर जरीकाठी उपरणे होते. धोतराचा सोगा आवरून ते दम घेत-घेत, वरचेवर थांबत पायऱ्या चढत होते. मी वरचेवर पुढे पळून, पायरीवर थांबून दमगीर दादांच्याकडे पाहत होतो.

नवरात्रात देवीचा मोठा उत्सव नऊ दिवस असे. सकाळ-संध्याकाळ देवीचा सनई-चौघडा सारखा झडत राही. जरीच्या झिरमिळ्यांची लाल पागोटी, पांढरे लांब अंगरखे घातलेले, तांबड्या मखमलीचे रुबाबदार पट्टे छातीवर रुळत असलेले देवीचे एकशे-आठ सेवेकरी डोंगरावर जमत. देवीचा डोंगर माणसांनी फुलून जाई. देवीला पंचपक्वान्नांचा नैवेद्य असे. त्या स्वयंपाकाचा, धुराचा, उदाचा, हीना अत्तराचा, गुलाबाच्या अन् शेवंतीच्या फुलांचा वास डोंगरावर दरवळत असे.

देवीच्या प्रशस्त सभामंडपात गालिचे, गाद्या, लोड, तक्के अशी शाही बैठक घातलेली असे. सलीमाजान नावाच्या कोणा बाईचे गाणे असे. गोड स्वराने, सारंगी-तबल्याच्या आवाजाने गाभारा भरून जाई.

मोरचेल, अब्दागिरी घेऊन भालदार-चोपदार उभे असत. डोंगर चढून गेल्यावर देवीचे दर्शन घेऊन माझे वडील गाभाऱ्यात बसण्याआधी दीपमाळेच्या दगडी कट्ट्यावर पाच मिनिटे स्वस्थ बसत.

आमची जीपगाडी डोंगर चढून थेट दरवाज्यापाशी आली. दुपारचे तीन वाजले होते, रखरखीत उन्हे होती. दाराच्या मुख्य दरवाज्यातून मी आत शिरलो. सगळीकडे शुकशुकाट होता. जुन्यापान्या दगडी इमारती उन्हाने तापून उसासे सोडीत होत्या. ती दीपमाळ, तो दगडी चौथरा तसाच होता. त्यावर पिंपळाची छाया पडली होती. जिथे

पाय वर घेऊन आणि गुडघ्यांभोवती हाताची मिठी घालून माझे वडील 'देवाचिये द्वारी' क्षणभर विसावत, त्यांच्या मांडीशी लागून मी बसत असे; त्या पाषाणावरून मी हात फिरविला. गार छायेत तो पाषाण मला उष्ण लागला. नुकतेच तिथे कोणी तरी बसून गेले असावे.

आजूबाजूचे सगळे वातावरण उदास, रंगहीन, स्तब्ध होते. कुठे तरी एकाकी होला खिन्नपणे घुमत होता. कुठे गेले ते देवीचे तुंदिलतनु पुजारी? कुठे आहेत ते एकशे-आठ इनामदार मानकरी? कुठे आहे तो चौघडा-सनईचा मंगल गजर? कुठे गेले माझे वडील?

कोठे ते कांचनाचे कळस चमकती रम्य देवालयाचे?

रिकाम्या गाभाऱ्यात जाऊन मी देवीचे दर्शन घेतले. तेवढ्यात पुजाऱ्याची आठ-नऊ वर्षांची पोर आली. तिने खुलासा केला की, वर मोठे पुरुष माणूस कोणी नाही. वडील खाली गावात गेलेत. तिने अंगारा दिला. फोडलेल्या नारळाचे अर्धे भक्कल रुमालात बांधून घेऊन मी गाभाऱ्यात उभा राहिलो.

माझ्या आठवणीतल्या गाभाऱ्यापेक्षा हा गाभारा केवढा तरी लहान होता. पूर्वीच्या वैभवाची काही खूण आता राहिली नव्हती. रंगीत काचेच्या हंड्या नव्हत्या. लोलकांची झुंबरे नव्हती. औंधकरांचे अन्न खाल्लेल्या कोणा पेंटराने केलेली दोन लहान चित्रे तेवढी टांगलेली होती. मांडीवर आडवी तरवार घेतलेल्या राजेसाहेबांचे आणि अहल्यादेवी होळकरांसारखे वाटणारे, माईसाहेबांचे.

मी बाहेर आलो. नारळाच्या तुकड्यातील खोबरे काढण्यात गर्क झालेल्या ड्रायव्हरला म्हणालो, ''आता काही राहिलं नाही इथं.''

पोरसवद्या ड्रायव्हरला त्याचे काही वाटले नाही. कदाचित तो या भागातला रहिवासी नसेलही. त्याने विचारले, ''गावात जायचं का?''

''चला, जाऊ.''

डोंगर उतरून जीप गावाकडे निघाली.

बाजारपेठ... आठवड्याचा बाजार इथे भरायचा आणि कार्तिकी जत्रेत रंगीबेरंगी दुकाने याच रस्त्याच्या दुतर्फा लागायची. राजेसाहेब याच वाटेने देवीच्या दर्शनाला जायचे. शृंगारलेला हत्ती, उमदे घोडे, लवाजमा असा केवढा समुदाय लोंढ्यासारखा वाहत राही या रस्त्याने. कर्णे-तुताऱ्यांचा आवाज उत्साहाला केवढे उधाण आणी!

आता त्याच्या काही खुणा नव्हत्या. रिकाम्या बाजारपेठेतल्या एका चिंचेच्या झाडाखाली दोन दीनवाणी गाढवे दिडक्या पायावर उभी होती.

हीच ती वांगना नदी. हिच्या दोन्ही काठांना तेव्हा केवढी गर्द झाडी होती.

पिकलेल्या टेंबरा-उंबरांचा वास या झाडीत कसा भरून असे. दोन्ही तर्फा असलेली पांढरी, तांबडी कण्हेरी फुललेली असे. त्या गर्द झाडीतून वटवाघळे, वानरे, मोर किती दिसायचे.

आता ही नदी अशी उजाड, क्षुद्र ओढ्यासारखी का बरे दिसते? नदी लहान झाली, की मी वयाने वाढलो?

"ड्रायव्हर, जीप जरा उजव्या बाजूनं घ्या."

नदीला लागून आठ एकरांची उत्तम फुलबाग होती. पहाटे-पहाटे सनई-चौघड्याच्या आवाजाने मी जागा होई आणि लगेच मोठी परडी घेऊन निघे. वांगनेचे धुक्याने भरलेले पात्र ओलांडून या बागेत येई. दहिवराने ओली झालेली शेकडो फुलझाडे इथे फुललेली असत. बसरा गुलाबाच्या, कुंदाच्या, जाई-जुईच्या वासाने बाग भरून गेलेली असे. किती परीच्या जास्वंदी माझे तांबडेभडक स्वागत करीत. ही सरकारी बाग म्हणजे मला रोज एक नवा चमत्कार असे.

कुठे होती ती बाग? वाटेवरच गाडी उभी करून मी पाहिले. ज्वारीचे उभे पीक त्या सर्व आठ एकरांत होते. नारळाची, फणसाची, आंब्याची झाडे कुठे नाहीशी झाली होती?

नदी ओलांडून आम्ही गावात आलो. सारे गाव जुनाट, ओसाड, खिन्न वाटले. उदबत्त्यांचे कारखाने आता राहिले नव्हते. तो वास गावात कुठे आढळत नव्हता. कोणी ओळखीचा चेहरा दिसला नाही.

"साहेब, राजवाड्याकडे जाऊ या काय?"

"चला."

राजवाड्यापुढची बागही आता नव्हती. आता राजवाड्यात हायस्कूल झाले होते. सर्व वर्ग चालू होते. इथे आम्ही चार वर्षे राहत होतो. उखाणलेल्या भिंती, रंग गेलेल्या भिंती... अनेक वर्षांत तेलपाणी न मिळाल्यामुळे पांढरे पडलेले खांब, तुळया, कडीपाट....

या दालनात माझ्या वडिलांची कचेरी होती... त्या दालनात आम्ही झोपत असू... त्या खोलीत देवघर होते... त्या तिथे आमचा अंबादास जन्मला. मला त्या भिंतींना हात लावायचा होता. त्या जमिनीवर उभे राहायचे होते. पण आता सगळीकडे वर्ग चालू होते.

हायस्कूलचे हेडमास्तर लगबगीने आले. मला आपल्या कचेरीत घेऊन गेले.

"नमस्कार! नमस्कार! वाहवा, योग आहे आज!"

शाळेच्या गड्याने स्टोव्हवर चहा केला. बिस्किटांचा पुडा आणला.

हेडमास्तर म्हणाले, ''आधी कळवले असते तर... मुलांना आपले चार शब्द ऐकायला मिळाले असते.''

मी ओशाळवाणे हसलो. काही वासना नव्हती. घाई-गडबडीने बाहेर पडलो. ही वाड्याची लांबलचक देवडी... इथे रोज बारा हत्यारी रखवालदार झोपायचे. देवीचे सोन्या-चांदीचे, रत्ना-माणकांचे दागिने आत होते ना?

या राखणदारांत एक बळी रामोशी होता. त्यानेच मला रानामाळाची गोडी लावली, शिकार दाखविली आणि किती गोष्टी, किती किस्से ऐकविले... केवढ्या अद्भुत दुनियेतून तो मला हिंडवून आणी.

त्या बळीची खुशाली मी कुणाला विचारू? तो तेव्हाच चाळिशीचा होता, म्हणजे आता सत्तरीच्या पुढचा असेल. असेल, किंवा बापडा मरूनही गेला असेल. मी कुणापाशी चौकशी केली नाही. आल्या वाटेने बाहेर पडलो.

जीप पुन्हा तडवळ्याकडे धावू लागली.

माझे बालपण आता कायमचे हरविले होते.

■

दोन महापुरुष

आता हसू येते, पण त्या काळी जत्रेला जाण्याचे आकर्षण विलक्षण होते. थंडीच्या दिवसांत आमच्या भागात ठिकठिकाणी जत्रा भरत. माडगूळला चंपाषष्ठीची लहानशी जत्रा भरे, नाथाष्टमीला खरसुंडीला भरे, कार्तिकात करगणीलाही एक जत्रा असे. आटपाडीला एक असे. दिघंचीला असे. ही सगळी जत्रेची ठिकाणे माझ्या गावापासून दहा कोसांच्या आतली होती.

दर वर्षी भरणाऱ्या या जत्रा मी सहसा चुकविल्या नाहीत. कधी कुणाच्या बैलगाडीने, तर कधी पायी चालत जाऊन त्या मी बघत असे. असे म्हणतात की, जत्रेच्या ठिकाणी हौशे, गवशे आणि नवशे असे तीन प्रकारचे लोक हटकून येतात. नवस करून ते फेडायला जाण्याचे माझे वय नव्हतेच. स्वत:चा व्यापार-धंदा नव्हता आणि चोरीमारी जमण्यासारखी नव्हती. त्यामुळे काही गवसेल, या आशेने मी जातच नव्हतो. मी हौशा होतो... हौस मात्र होती.

जत्रेत बघण्याजोगे पुष्कळच असे. आधी नाना ठिकाणांहून आलेल्या माणसांची तुफान गर्दी असे. जनावरांचा प्रचंड मोठा बाजार असे. गॅसबत्त्यांचा झगमगाट असे. हलवायांची, स्टेशनरी मालाची, तयार कपड्यांची दुकाने लागलेली असत. मोठमोठी हॉटेले तात्पुरत्या मांडवांतून उघडलेली असत. शेव-भज्यांचा खमंग वास आणि ग्रामोफोनचा दणक्या आवाज सारखा चौफेर उसळत असे. रंगीबेरंगी फुगे विकणारे, बोहरी, करदोडे-गोफ विणणारे पटवेकरी, कागदाची भिरभिरी विकणारे आतार... गुलाबी रंगाचे 'बुड्ढी के बाल', चिवडा, रेवड्या, गुडदाणी विकणारे हलवाई... किती तरी लोक आरोळ्या ठोकीत हिंडत असत. ही रंगीबेरंगी, तिखट-गोड दुनिया कुणाला मोह घालणार नाही बरे?

रात्रीच्या वेळी कुठे डफ-तुणतुण्यावर भेदिक गाणे रंगलेले असे, तर कुठे कडे-ढोलकीचे तमाशे उभे राहिलेले असत. कुठे सर्कस असे, तर कुठे तंबूतला सिनेमा असे. कुठे नकलांचा कार्यक्रम असे, तर कुठे गावठी नाटक असे. जत्रा सोडली, तर एरवी हे प्रकार कुठे बघायला मिळणार?

जत्रेला जाण्यात प्रमुख अडचण पैशाची असे. पण त्या काळी रुपया-आठ आणे उभे केले की, काम भागे. दोन आण्यांचे तिकीट काढले की, तमाशा बघायला मिळे. घरून नेलेल्या बाजरीच्या दशम्या, धपाटी दोन दिवस पुरत. त्यामुळे खाण्यापिण्याचा खर्चही फारसा नसे. दिवसा मनमुराद हिंडावे, देखणी बैले पाहावीत, खेडुतांची संभाषणे ऐकावीत, दुकानांतील भारी माल बघावा, एक आणा देऊन ज्योतिषाकडून भविष्य ऐकावे, चार आणे देऊन फोटो काढून घ्यावा – असे करता-करता दिवस संपून जाई. कडक थंडी सुटे. जागोजाग शेकोट्या पेटत आणि कनातीतून तमाशे सुरू होत.

नाव-गाव बघावे आणि खुशाल एका कनातीत शिरून, वाळूत ऐसपैस बसावे. लावण्या ऐकाव्यात, नाचणे बघावे, सोंगाड्याचे विनोद ऐकून पोटी दुमते व्हावे... इतके हसावे. वगाच्या कथानकातून वाहून जावे. टाळ्या पिटाव्यात, शिट्ट्या घालाव्यात आणि आनंद करावा! हे सगळे करण्यात तेव्हा विलक्षण सुख असे.

आटपाडीला हायस्कूलमध्ये असताना शाळेचे मुख्याध्यापक म्हणून नाईकमास्तर आले. हे फार कडक शिस्तीचे होते. माझ्या वडिलांचा अन् त्यांचा परिचय होता आणि लहानपणी अण्णा त्यांच्या हाताखाली शिकलेले होते. सगळ्या गोष्टींमुळे नाईकमास्तरांचा मला फार दरारा होता. विद्यार्थ्यांच्या हातून काही शिस्तबाह्य वर्तन

झाले की, नाईकमास्तर वेताच्या छडीने त्याला उभा फोडून काढत. तेसुद्धा आपल्या खोलीत बोलावून नाही, तर सगळ्या वर्गबंधूंच्या समक्ष!

नाईकमास्तरांच्या पुढे सर्व शाळा थरथर कापत असे.

अशात दिघंचीची जत्रा आली. अवघ्या सात मैलांवर असलेल्या गावातली ही पाच दिवसांची जत्रा कोण नादी माणूस चुकवील? त्यात नेमके त्याच वर्षी आमचे पोलिसांत असलेले काका दिघंचीला हेडकॉन्स्टेबल होते. एक खोली घेऊन ते एकटेच राहत असत. त्यांना माझे विशेष प्रेम होते. म्हणजे, जत्रेसाठी पैशा-अडक्याची जरुरी नव्हती. राहण्याची उत्तम सोय होती.

शाळेचे काय बरे करावे? बराच विचार करून मी आणि माझ्या एका मित्राने निर्णय घेतला. तो धाडसी होता. आमची शाळा गावापासून दोन फर्लांग अशा दूर माळावर होती. अभ्यासासाठी बऱ्याच परगावची मुले शाळेत झोपत. त्यात आपणही जमा व्हायचे. संध्याकाळी पाच वाजता शाळा सुटली की, दोघांनी थेट दिघंचीचा रस्ता सुधारायचा. सात मैल चालून रात्रीच्या जेवणवेळेला काकांकडे जायचे. रात्रभर जत्रा-विशेष म्हणजे नामांकित तमाशाचे फड बघायचे आणि न झोपता तसेच पहाटे निघून सकाळी सातला शाळेत हजर व्हायचे. औंध संस्थानात शाळा असल्यामुळे सकाळी सूर्यनमस्कार आणि गीतापाठ असे. 'ओम् ऱ्हाम् ऱ्हीम्' म्हणून समंत्रक पंचवीस सूर्यनमस्कार घालायचे आणि गीतेचा सोळावा अध्याय म्हणायचा असे. तो चुकविणे, ही गोष्ट अशक्यप्राय होती.

पहिल्याच दिवशी दिघंचीला वेळेवर पोहोचलो. काकांना आनंद झाला. ते म्हणाले, ''पोरांनो, आलात ते बरं केलंत. मजा करा.''

त्यांनी पाच दिवसांच्या जत्रेसाठी दोन रुपये मंजूर केले. जत्रेचा बंदोबस्त त्यांच्याकडेच असल्यामुळे तमाशाच्या फडाचे तिकीट काढण्याचा काही प्रश्नच नव्हता.

आम्ही म्हणालो, ''पण काका, पहाटे पाचला आम्हाला जागं करा. शाळेला जायचं आहे.''

''त्याची काळजी करू नका. मला गस्तीसाठी उठावंच लागतं. मी तुम्हाला जागं करेन.''

त्या रात्री आम्ही चैन केली. आता मला नक्की नावे आठवत नाहीत; पण 'शिवा-संभा', 'रामा-नामा', 'भाऊ-बापू' अशाच नावाचे तीन-चार नामांकित फड आलेले होते. ड्रेस घातलेला पोलीस आणि दोन रखवालदार रामोशी यांना बरोबर घेऊन आम्ही तिन्हीही फड हिंडलो. रखवालदार रामोश्यांनी कुणा तरी हॉटेलवाल्याकडून बाक मागून आणले आणि अगदी बोर्डाला लागून टाकले. गार वाळूत न बसता त्या

बाकावर इनामदारासारखं बसून आम्ही खेळ पाहिला. झगडा ऐकला.

गाणारा बाप्या साळूला अडवून म्हणाला,
   साळू, तुझी दिसते सुकुमार ध्यायी
   जशी बागंमंदी फुलली जाई
   आंब्याला आली आंबराई
   धरू का हाताला?

भुवया उडवून साळू म्हणाली,
   मेल्या, आल्या वाटेनं जा रं नीट
   म्होरं हाये मंडई मारकेट
   पालं बसल्याती घनदाट
   बाजार भरला,
   पैशाची गाजरं घेऊन खा जा
   पोटाला!

त्यावर बाप्याने साळूला बजावले,
   नको नारी, मला म्हणू हलकट
   लहानपणाच्यानं माझा झोक
   लहानथोराशी घातलान धाक
   पिरतीमीला –
   सखे, माझा वाडा नक्षीदार
   चंद्रसूर्य उगवती म्होरं
   परकाश पडला,
   नळसूत्र पाणी बंगल्याला
   म्होरं खोपाट हाये ते
   चाकरीच्या राम्याला –

यावर साळू बोलली,
   तात्या, गडे, तुमचा वाडा
   पाहिलाय आम्ही काल
   सोप्याला चिरेबंदी दगड

सभोवती तुराट्याचा कूड
मधी एक मेढ, रेडकू त्याला
काल शेकारलेला पाला
वाऱ्यानं नेला
गल्लोगल्लीनं केला!

पहाटेचे पाच वाजले. लोकरी डगला घातलेल्या काकांनी येऊन शाळेची आठवण दिली. नुकत्याच उघडलेल्या हॉटेलातून चहा पिऊन आम्ही दोघे निघालो. नेमक्या वेळेला शाळेत पोहोचलो. पहिली घंटा झाली. दुसरी झाली.

सूर्यनमस्काराच्या हॉलमध्ये उघड्या अंगाने उभे राहून आम्ही म्हणू लागलो,

'आदित्यस्य नमस्कारान्
ये कुर्वन्ति दिने दिने
जन्मांतरसहस्त्रेषु
दारिद्र्यं नोपजायते!'

ओळीने पाच दिवस हा कार्यक्रम पार पडला. सात मैल जायचे, तमाशा बघायचा, पहाटे उठून पुन्हा सात मैल यायचे.

सूर्यनमस्कार आणि गीतापठण झाल्यावर कधी-कधी समोर चारशे मुलांना बसवून नाईकमास्तर एखाद्या विषयावर चार शब्द सांगत.

सहाव्या दिवशी सकाळी प्लॅटफॉर्मवर उभे राहून ते म्हणाले, ''मुलांनो, आज मी तुम्हाला दोन महापुरुषांची ओळख करून देणार आहे. हे महापुरुष इतके दिवस आपल्यातच बसत, उठत होते; पण त्यांचे मोठेपण तुम्हाला, मला माहीत नव्हते.''

सर्व मुले चकित होऊन आजूबाजूला बघू लागली. आम्हीही 'कोण हे सांप्रत नवे पुरुषावतार?' म्हणून पाहतो, तोच नाईकमास्तरांनी आमची नावे पुकारली!

''तुम्ही उठून उभे राहा आणि इतरांना नमस्कार करा.''

∎

पण ते कुठे आहेत?

ते १९४३ साल. कोल्हापूरला राहून मी चित्रकलेच्या परीक्षेची तयारी करीत होतो आणि आतल्या अंगाने चळवळीत कामही करीत होतो. खरे तर चळवळीचे काम करण्यासाठीच मी इकडे आलो होतो आणि पुढे काही व्यवसाय करायचा झाल्यास उपयोग व्हावा, म्हणून चित्रकलेचे शिक्षण घेत होतो. आमच्या ग्रुपने नुकतेच एक काम पार पाडले होते. त्यात भाग घेतलेले माझे सहाध्यायी कुठे-कुठे पांगले होते. आपण सुरक्षित राहू आणि चरितार्थासाठी काही उद्योगही करू, अशी शहरे त्यांनी सर्व भारतभर निवडली होती. नावे बदलून ते त्या ठिकाणी वावरत होते.

पोलिसांच्या हाती पडल्यावर फार छळ होतो. क्रूरपणे मारहाण करून जबाब घेतात, हे कुणाला प्रत्यक्ष अनुभवाने कळले होते. आम्ही सारेच तरुण होतो. माझे वय अवघे सोळा वर्षांचे होते. पुढे केवढे तरी आयुष्य होते. रात्री अंथरुणावर पडलो आणि पकडले जाऊ, हा विचार मनात आला की झोप उडत असे.

एके दिवशी माझ्याबरोबर काम करणारा मुलगा मध्यान् रात्री जागा होऊन मला म्हणाला, ''मी माझ्याजवळ अफूचा एक मोठा गोळा नेहमी ठेवतो. आतासुद्धा तो आहे. कशाला, माहीत आहे?''

खोलीत गुडुप अंधार होता. घोगऱ्या आवाजात तो बोलत होता. मला केवळ त्याचे शब्द ऐकू येत होते.

''कशाला?''

''समज – चुकून पोलिसांना सापडलो, तर तुम्हा सर्वांची नावं सांगण्यासाठी मला खूप मारतील. माझी प्रकृती धडधाकट नाही. शारीरिक वेदना मला सहन होत

नाहीत. म्हणून मी ठरवलं आहे, ज्या क्षणी पकडला जाईन, त्या क्षणी अफूची गोळी गिळून मी मोकळा होईन!''

माझ्या सर्वांगावर सर्रकन काटा आला.

आणखी एक जण म्हणाला, ''माझी एकच इच्छा आहे – मला पकडल्यावर पहिल्या रात्री ज्या खोलीत ठेवतील, तिच्या भिंती दगडी असाव्यात आणि खोलीची लांबी पंधरा-वीस फूट तरी असावी.''

''का?''

''मी मध्यरात्री भिंतीशी पाठ लावून उभा राहीन आणि चापेकरांचे, वासुदेव बळवंतांचे स्मरण करून जोराने धावून समोरच्या भिंतीला कपाळ आपटेन. असा प्राण दिल्यावर मला पोलीस कसे छळतील; माझ्याकडून माहिती कशी काढतील?''

भीतीची काळी सावली मलाही नेहमी घेरून असे. जेवताना एखादा चांगला पदार्थ पानावर आला की वाटे, आता निर्विकार झाले पाहिजे. तुरुंगातले कदान्नच पुढे अनेक वर्षे खावे लागणार आहे. सिनेमा थिएटरमध्ये जाऊन बसलो, रंगून गेलो की, मधेच धसका बसे. वाटे, मी आता एवढ्या आनंदात आहे; पण सिनेमा सुटल्यावर बाहेर पडेन आणि लगेच हातात हातकड्या पडतील – काय सांगावे?

या विचाराचा पगडा माझ्या मनावर इतका असे की, प्रत्येक सुखाच्या घासात माती कालवली जाई. अंधाऱ्या, अपरिचित गुहेतून चालताना जशी सतत भीती वाटावी, तशी या गजबजलेल्या परिचित शहरातून वावरताना मला वाटे. सकाळी झोपेतून जाग आल्या-आल्या पहिलीच जाणीव होई, ती आपण अद्यापि मुक्त आहोत याची; आणि केवढा आनंद होई. वाटे, काल काही घडले नाही. तरी एक बरे होते, असावा एवढा पोच नव्हता. जग पाहिलेले नव्हते. जीवनाचे नाणे दोन्ही बाजूंनी दिसले नव्हते. अजाण मूल जेवढ्या सहजपणे विस्तवाला हात घालील, तसे वर्तन होते.

असे दिवस चालले होते. मनावरचा ताण कमी होत नव्हता. चित्रकलेच्या वर्गात असलो कुटुंबात असलो की, काही वेळ विसर पडे – तेवढाच. रोज सकाळी वर्तमानपत्र उघडायची धास्ती वाटे.

महिना-सव्वा महिना पार पडला आणि एके दिवशी धाड्कन बातमी आली – पुण्याला अमुक-अमुक इमारतीवर छापा पडला. कोणी एक विद्यार्थी पकडला गेला. इतरांना ही बातमी मुळीच महत्त्वाची नव्हती. ती दिलेली होतीही अगदी त्रोटक. माझ्या छातीत धस्स झाले. हा विद्यार्थी आमच्यापैकीच होता आणि त्याला सर्वांची

माहिती होती. त्याच्या पाठोपाठ आता सगळी माळच लागणार का?

ही बातमी प्रसिद्ध होऊन दोन दिवससुद्धा पुरे लोटले नव्हते. गंगावेसच्या बाजूला असलेला दळवी यांचा चित्रकलावर्ग पाच वाजता सुटला. घरी कोणी नव्हते. वहिनी आणि भाऊ मुंबईला गेले होते. म्हणून मी मोटार स्टँडवरच्या हॉटेलमध्ये जाऊन कोल्हापुरी तिखट मिसळ, पाव असले काही चटकमटक खाल्ले. पोळल्या तोंडाने चहा प्यायलो आणि महाद्वार रस्त्याने सायकल दामटीत घराकडे निघालो.

जरूर ती काळजी मी नेहमीच घेत होतो. माझ्या डोक्यावर महासभेची भगवी टोपी नेहमी असे. चित्रकलेचा अभ्यास करण्यासाठी मी खासबागेतील विद्यार्थी वसतिगृहात खोली घेतलेली होती. दुपारी तीन-चार तास मी तिथे तैलचित्र नियमितपणे रंगवीत असे. चळवळीतील लोकांना येण्या-जाण्यासाठी, कागदपत्रे ठेवण्यासाठी दुसरी एक खोली होती. ती जुन्या गल्लीत, जुन्या वाड्यात आडवळणी अशी होती. तिथे मी फक्त कामापुरताच जात असे आणि एरवीचे माझे राहणे भावाकडे असे. अर्थात या दोन्ही खोल्या त्यांना माहीत नव्हत्या आणि माझी अभ्यासाची खोली चळवळीच्या लोकांना माहीत नव्हती.

माझ्या भावाचे बिऱ्हाड मंगळवार पेठेत होते. या घराची रचना सांगणे जरूर आहे. घर तीनमजली होते. खालचा एक मोठा जाप्ता शिंप्याला भाड्याने दिलेला होता. तिथे त्याचे दुकान होते. वर माडीवर एक भाडेकरू होते. शिंप्याच्या दुकानाला लागून आत जाण्यासाठी तीन फुटी बोळ होता. त्यातून पंचवीस-तीस पावले चालले की उजव्या हाताला लहान चौक खाली एक खोली, वर खोली, जिना. इथे आमचे बिऱ्हाड होते.

घराला कुलूप होते. किल्ली माझ्याकडे होती.

महाद्वार रस्त्याने मी आलो आणि पूर्वी छत्रपती सिनेटोन होता, त्या इमारतीच्या कोपऱ्यावर मला दोन हवालदार आणि एक इन्स्पेक्टर उभे असलेले दिसले. ही जागा मोक्याची होती. चार रस्ते इथे मिळत होते. एकमेकांना छेदून पुढे जात होते. हवालदार आणि इन्स्पेक्टर कुणाची तरी वाटच पाहत होते.

हा काय प्रकार असावा, याची जाणीव मला त्या क्षणी आली. हे धरणे आपल्यासाठीच आहे, हे कळून चुकले.

पोलिसांच्या अंगावरून मी सरळ पुढे झालो. वीस पावले उजव्या हाताला वळलो. घरापुढे भला मोठा शिरीषकुसुमाचा वृक्ष होता. सकाळी म्हशींचा अड्डा तिथे असे. शिंप्याचे दुकान बंद होते. मी आता खाली उतरणार, एवढ्यात त्या वृक्षाखाली उभा असलेला गृहस्थ पुढे येऊन म्हणाला, ''जरा थांबा.''

मी खाली उतरलो. गृहस्थ चांगला उंच, अंगात शर्ट आणि चॉकलेटी रंगाचा कोट, खाली धोतर-काचा मारलेला. पायांतल्या वहाणा माझ्या नजरेतून सुटल्या

नाहीत. त्या चक्क पोलिसी वहाणा होत्या.

अगदी सहज त्याने चौकशी केली, "ते माडगूळकर म्हणतात, ते इथे कुठे राहतात?"

मी तत्काळ उत्तर दिले (कसे सुचले, हे ईश्वरालाच माहीत!), "इथंच राहतात. या बोळातून आत जाऊन चौकशी करा."

– आणि पुन्हा सायकलीवर टांग टाकून मी पुढे जाणाऱ्या रस्त्याला लागलो. आता कुठे तरी दडी मारणे आवश्यक होते. कुठे? कुठे? हा रस्ता थेट रंकाळ्याकडे जात होता. पाच-एक मिनिटांत मी वरुणतीर्थाच्या कोपऱ्यावर आलो. इथे एक लहानसे पानविडीचे दुकान होते. दुकानदार ओळखीचा, कारण माझ्या भावाचे दुकानात खाते होते. एवढ्याच ओळखीवर मी दुकानाशी थांबलो. दुकानाला लागूनच दार होते किंवा असे म्हणा की, घरापुढे त्याने दुकान थाटले होते. सायकलसह मी घरात शिरलो आणि दुकानदाराला आत एका बाजूला बोलावून घेऊन हलक्या आवाजात शक्य तेवढा शांतपणा ठेवून सांगितले, "माझ्यामागं पोलीस आहेत, म्हणून सायकल आत घेतली. काही वेळ इथं थांबतो."

दुकानदार साहजिकच घाबरले. हा सगळा प्रकार त्यांना अनपेक्षित होता. पण त्यांनी हरकत घेतली नाही. उलट मला सूचना केली, "साहेब, या जिन्याने वर जाऊन माळ्यावर बसा."

शिडीवजा लाकडी जिन्याने मी वर गेलो. सामानाने भरलेल्या बुटक्या माळ्यावर उंदरासारखा चूप बसून राहिलो.

"इकडूनच गेला बघा साहेब, वाट कुठाय दुसरी?"

असे काही बोलणे, खाली रस्त्यावर झालेले माझ्या कानी आले. ते लोकच तपासत आहेत, ते इथपर्यंत आले, हे कळले. मी गप्प बसून होतो.

मला या घरात शिरताना कोणी पाहिले नव्हते. आता पोलिसांनी दुकानदाराला मात्र काही विचारू नये. त्याने 'नाही' म्हणून सांगितले, तरी त्याचा चेहरा आणि स्वर यामुळे हुशार अधिकारी लगेच ओळखतील आणि घरात शिरतील, असे मला वाटले. पण पोलिसांची वेळ चांगली नव्हती. त्यांनी कुणाला विचारले, ते मला कळले नाही; पण दुकानदाराला मात्र काही विचारले नाही.

हळूहळू संध्याकाळ झाली. अंधार पडला. तात्पुरता तरी धोका आता टळला होता. पण पुढे काय? शक्य तेवढ्या लवकर कोल्हापुरातून बाहेर पडले पाहिजे. कुठे?

सर्वांत सुरक्षित जागा म्हणजे आपले खेडे माडगूळ. अगदी आडवळणी गाव, शिवाय संस्थांनी मुलूख, चळवळीविषयी सहानुभूती असलेला राजा. तिथे घर आहे.

आई-वडील आहेत, भावंडे आहेत. आपल्या घरी तरी जाईन.

कसे जायचे? तिथपर्यंत सुरक्षित पोहोचायचे कसे?

बराच आडवातिडवा विचार केला. चेहरा हातांनी वरचेवर खसाखसा चोळला. खाली रस्त्यावर पोलिसांनी टेहळ्या नक्कीच ठेवलेला असणार. कदाचित तो मघाचा वहाणावालाच असेल. त्याने मला पाहिले आहे. मघा त्याने चुकून मलाच पत्ता विचारला, तेव्हा शिंप्याचे दुकान बंद होते. पण अनेक बिऱ्हाडांचे काम करणारी सगुणा मोलकरीण बोळ झाडताना दिसली. तिने मला आणि त्या वहाणावाल्याला बोलताना पाहिले होते. चौकशीसाठी बोळात शिरलेल्या पोलिसाला प्रथम तीच भेटणार.

तिला विचारले, ''व्यंकटेश माडगूळकर कुठे राहतात?''

तर, ती म्हणणार, ''ते काय, आता तुमच्याशी बोलून गेले सायकलीवरून, तेच!''

''ते?''

''हो, तेच.''

असेच काही झाले असणार म्हणून तर लगेच 'इकडेच गेला साहेब –' हे मला ऐकू आले. त्यांनी रस्ते धुंडले असणारच. टेहळ्या ठेवलेला असणार. रेल्वे-स्टेशन, गाववेस मोटारस्टँड, लक्ष्मीपुरी मोटारस्टँड इथंही टेहळे असणार. तेव्हा ते मार्ग बंद. ....मग?

एवढ्यात जिन्यावर पावले वाजली. मी कान टवकारले. कोण आले? इथून खाली उडी मारायची म्हटले, तरी मार्ग नव्हता. जिन्याच्या पायऱ्या फार तर दहा, पण तेवढ्यात काय-काय मनात येऊन गेले. हातात रॉकेल तेलाचा लहान दिवा घेऊन दुकानदाराची म्हातारी आई वर आली. अगदी जवळ येऊन खासगी आवाजात म्हणाली, ''आमी जेवन करायला बसतो; तुमाला वर आनून देऊ?''

''तुम्ही जेवा, मला भूक नाही.''

''तसं हो कसं? थोडा दूध-भात खावा. आमचा चालतो नव्हं, मुसलमानाचा?''

''तसं काही नाही आजी, पण मला भूक नाही.''

''तुमाला घरात उपाशी ठेवून आमाला घास जाईल का?''

''बरं, आणा; मी जेवतो.''

म्हातारीने दूध-भात, भाजी असे ताट वर आणून दिले. समोर दिवा ठेवला. आपण न बोलता हाताचा मुटका गालाला लावून बसली. मी भराभरा चार घास खाल्ले. ताटात हात धुतला.

ताट, दिवा घेऊन म्हातारी खाली गेली. पुन्हा अंधारात बुडालो. साडेनऊ वाजले. खाली त्या घरातली माणसे, हवालदार असणार. खल, विचार झाला असणार. मग

दिवा न घेता मालक वर आले. अंधारातच भाषा झाली.

"कसं हो आता? थोरले साहेब नाहीत, वहिनीसाहेब नाहीत; माझ्या दुकानी कामदार लोकांची वर्दळ फार. पोलीस इन्स्पेक्टर लोकांची खाती आहेत."

"असू द्या, तुम्हाला काही होणार नाही. मी काही चोरी-मारामारी केलेली नाही. चळवळीत भाग घेतला म्हणून धरणे आहे. तुम्ही घाबरू नका."

पण त्या बापड्याचे चित्त थाऱ्यावर नव्हते. भावनेच्या भरात त्याने मला आत घेतले होते. पण आता काही वेळाने त्याला त्यातला धोका कळला असावा. थोडा वेळ न बोलता तो उभा राहिला आणि निघून गेला.

मी बेत आखीत राहिलो. याच रस्त्यावर दहा-बारा मिनिटे चालले की, आम्हाला सहानुभूती असणाऱ्या एका शिक्षकाचे घर होते. किल्ल्याप्रमाणे सुरक्षित असलेल्या त्या घरात अधून-मधून आमच्यापैकी काही भूमिगत राहत असत. बाहेरून न दिसता या घरात राहता येत असे. त्यांना कळविले तर? लगेच मी ड्रॉइंगच्या पेन्सिलीने डायरीतील पानावर लिहिले, 'आज अचानक एक पाहुणे इथे आलेत. दोन दिवसांसाठी तुमच्याकडे आले तर चालतील?'

चिठ्ठी दुकानदाराकडे दिली आणि मी उत्तराची वाट पाहत राहिलो. दुकानदार आला. आनंदून म्हणाला, "होते घरी. पाठवा म्हणाले."

"मग आता आणखी एक काम करा. तुमचे धोतर आणि असला तर पटका मला द्या; म्हणजे कपडे बदलून मी जाईन."

"फेटा आहे माझा, पण पंजी नाही. लुंगी चालतीय का?"

"चालतीय. द्या."

सुरेख कोल्हापुरी फेटा डोक्याला बांधला. तांबड्या चौकडीची लुंगी लावली. अंगावरचा कोट, पँट काढून पिशवीत घातली. दुकानदाराचे आणि म्हातारीचे आभार मानले आणि देवाचे नाव घेऊन बाहेर पडलो.

रात्रीचे साडे-दहा वाजले होते. रस्ता निर्मनुष्य होता. माझ्याच पावलांचा आवाज मला केवढा मोठा वाटत होता. आजूबाजूला मुळीच न बघता सावकाश चालत मी मास्तरांच्या घरापाशी पोहोचलो. दारात उभा राहिलो आणि मग मात्र डोळ्यांच्या कोपऱ्यातून एकवार दोन्हींकडचा रस्ता लांबवर पाहून घेतला. कोणी पाहत नव्हते.

मास्तरांचा पाहुणचार तीन-चार दिवस घेतला. तिथून निरोप पाठविले. माझ्याबरोबर काम करणारे एक गृहस्थ अद्याप मोकळे होते. त्यांच्यावर वॉरंट नव्हते. पोलिसांना काही शंकाही नव्हती. त्यांना बोलावून घेतले. विचारविनिमय झाला आणि असे ठरले की, गावाबाहेर असलेल्या खादी भांडाराच्या चालकांना निरोप देऊन, दोन सायकली तयार ठेवायला सांगावे. गस्तीचे पोलीस गहाळ असतील अशा वेळी,

म्हणजे सकाळी पावणेपाच-सव्वापाचच्या सुमारास गल्लीबोळांतून खादी भांडारापर्यंत पोहोचावयाचे. तिथून लगेच इस्लामपूरचा रस्ता दोघांनी धरायचा. मी इस्लामपूरहून विट्याला जाणारी मोटार पकडावयाची आणि बरोबरच्या गृहस्थांनी आमच्या दोघांच्या सायकली मोटारच्या टपावर टाकून कोल्हापूरला येणाऱ्या मोटारीत बसावयाचे. (मी पुढे कुठे जाणार, हे या गृहस्थांना अर्थातच सांगितले नाही.)

रात्रभर झोप नव्हती. थोडा वेळ डोळा लागत होता, पुन्हा जाग येत होती. सव्वापाच वाजता गजर होईना. काही चुकले नाही ना, म्हणून मी पुन:पुन्हा उठून घड्याळ पाहिले.

जागा झालो तो गजरानेच. भराभर कपडे केले. मास्तर पती-पत्नींना नमस्कार केला आणि पुन्हा रस्त्यावर आलो.

आता पुन्हा सारा भार परमेश्वरावर!

लख्ख चांदणं होतं. मला गल्लीबोळांची अचूक माहिती नव्हती. ते खादी भांडार नेमके कुठे, कोणत्या दिशेला होते, हे आजही माहीत नाही. त्या गृहस्थाच्या मागोमाग चालत होतो. चौक्या चुकवून, बराच लांबचा वळसा घेऊन भांडारापर्यंत सुखरूप पोहोचलो. सायकली तयार होत्या. अगदी पंक्चर काढायच्या साहित्यासह, नव्या कोऱ्या; त्या घेतल्या आणि बत्तीस मैल अंतर तोडले. दमछाक होऊन इस्लामपूरला पोहोचलो.

गजबजलेला मोटार-स्टँड पाहून पुन्हा धास्ती बसली. कोणी ओळखले तर? विट्याच्या मोटारीत बसेपर्यंत जीव मुठीत होता. मोटारीने स्टँड सोडला आणि म्हटले, 'देवा, आता सुटलो.'

मग विटे आले. मोटार बदलली. आटपाडी आली. ओळखीचा मुलूख पाहून किती बरे वाटले. संध्याकाळ झाली होती, तरी पिशवी पाठीशी टाकून मी पाच मैलांची वाट तुडवली आणि रात्री जेवणवेळेला आपल्या जन्मगावी येऊन पोहोचलो. आई-वडिलांच्या पायांवर डोके ठेवले. त्यांचा हात पाठीवरून फिरला आणि त्या जुन्यापुराण्या मातीच्या घरातील ऊब जाणवली, तेव्हा केवढे बळ मिळाले! वाटले, कशाला आपण इतकी काळजी केली?

इथे सगळे निवांत होते. आठ-बाराशे वस्तीच्या या गावात पोस्ट नव्हते. वर्तमानपत्रे नव्हती. मी कुठे आलो आहे, हे कुणालाच माहीत नव्हते. तपास करणाऱ्या पोलिसांना साहजिकच वाटणार की, हा माणूस आपल्या गावी राजरोस जाऊन घरी कशाला राहील?

मी चक्क शेती करू लागलो. वडिलांनी एक उत्तमपैकी खिलारी कालवड मला घेऊन दिली. तिला चारण्यासाठी मी दिवसभर रानोमाळ हिंडू लागलो. ध्यान देऊन ते गोधन पोसू लागलो. बांधावरच्या हिरव्या गवतात गाय चरत राही व मी एखाद्या झाडाच्या सावलीत एकाकी बसून राही. सगळीकडे शांत असे. मोकळा वारा वाहत असे आणि माझे मन सहकाऱ्यांकडे धावत असे. बहुतेक सगळे कुठे-कुठे पकडले गेले होते. खटला गाजत होता. पाच वर्षांच्या खाली कुणाला शिक्षा झाली नसती. या सर्व तपासात माझे नाव कुठे येत नव्हते; पण ते पोलिसांच्या यादीत असणार, आज ना उद्या मीही पकडला जाणार, असे मनात येऊन विलक्षण उदास वाटे.

सहकाऱ्यांचे चेहरे डोळ्यांसमोर येत. त्यांच्याशी झालेल्या आवेशपूर्ण चर्चा आठवत. ते सगळे आज गजाआड होते. एक पस्तिशीचा पहिलवान होता. खोंडासारखा बलिष्ठ, कानाचे मोदक झालेला. तो फार कमी बोलायचा. नेहमी शांत, गंभीर असायचा. शेतकामाची जनावरे दिसली, चालत्या मोटेचा आवाज कानावर आला की, स्तब्ध व्हायचा. त्याला आपल्या गावाची, शेतीची, मुला-माणसांची आठवण यायची. एक तरुण सदा अस्वस्थ असा बागवान होता. त्याचे म्हणे, मंडईत नारळाचे दुकान होते. आपल्या म्हाताऱ्या आईचा तो एकुलता एक मुलगा होता. एक दांडगादुंडगा, उंच शेतकरी होता. तो अचूक नेम मारायचा. त्याच्या गळ्यात नेहमी काडुतसांचा पट्टा आणि हातात बंदूक असायची. डोंगरात, जंगलात हिंडायचा. एक नाजूक दिसणारा गोरापान, घाऱ्या डोळ्यांचा मुलगा होता. मेडिकल कॉलेजात शिकणारा. आणि बरेच होते, जवळजवळ पंधरा... नाना स्तरांतले, नाना जातींतले.

नि:शब्द अशा रानात एकाकी बसल्या-बसल्या मला घरच्या माणसांची यावी तशी या सगळ्यांची आठवण येई. कळपातून चुकलेल्या मेंढरासारखी अवस्था होई.

वर्षांमागून वर्षे उलटली. स्वातंत्र्य मिळाले. गजाआड असलेले माझे सगळे सहकारी सुटले. आनंदीआनंद झाला. मी धावत कोल्हापूरला आलो. सर्वांना उराउरी भेटलो. भोगलेल्या आपत्तींमुळे त्यांची शरीरे कृश झाली होती. पोलिसांच्या मारामुळे कुणाचे पाय जन्माचे अधू झाले होते, कुणाला आजारांनी गाठले होते; पण मनाची उभारी कायम होती. आता सगळे भले होणार, या आनंदात सगळे धुंद होते. दोन मोठे ट्रक्स घेऊन आम्ही मग जिल्हाभर दौरा काढला. सत्कार घेतले, हारतुरे घेतले, टाळ्यांच्या गजरात भाषणे ठोकली.

– आणि पुन्हा सारे शांत झाले.

उजळ माथ्याने, निर्भय मनाने मी माझ्या जीवनात दंग झालो. कोल्हापूर सुटले. राजकारणाशी माझा काही संबंध उरला नाही. मुंबईसारख्या अफाट शहरात मी जाऊन पडलो.

आणखी काही वर्षे उलटली.

मी पुण्याला स्थायिक होऊन आकाशवाणीवर चाकरी करू लागलो होतो. एके दिवशी अचानक एक जुना सहकारी मला भेटायला आला. वयाने वृद्ध, शरीराने कृश अशा या माणसाने पुष्कळ काम केले होते. चळवळीमुळे त्याचे खासगी आयुष्य उद्ध्वस्त झाले होते. त्याच्या भेटीने मला खूप आनंद झाला. त्याच्या अंगावर खादीची जीर्ण वस्त्रे होती. डोळ्यांत व्यथा होती. खचलेला दिसला. इकडचे-तिकडचे बोलून झाल्यावर संकोचाने त्याने म्हटले, ''मला पाच-दहा रुपयांची गरज आहे. उसने म्हणून द्या.''

मला गलबलून आले. आता स्वातंत्र्य मिळाल्यावर याला असे का म्हणावे लागावे? देशाचा वनवास संपला; याचा का संपू नये?

– आणि एकदा कोल्हापूरला चित्रपटाच्या कामासाठी गेलो होतो. बादशाही नावाच्या हॉटेलात उतरलो होतो. संध्याकाळी गॅलरीत उभा राहून वाहता रस्ता पाहत असताना लक्षात आले की, कोणी दोघे जण खाली भेळवाल्याच्या गाडीशेजारी उभे राहून माझ्याकडे बोट दाखवून काही बोलत आहेत, अपेक्षेने पाहत आहेत. माझ्या एकदम लक्षात आले, अरे, हे आपल्या चळवळ्यांपैकी दोघे! मोठ्याने हाक देऊन मी त्यांना वर बोलावले.

किती संकोचाने भीत-भीत ते बसले. मी मोकळेपणाने बोलत होतो. अमका कुठं आहे, तमका कुठं आहे, असे विचारत होतो. पण ते खुलत नव्हते. त्यांचे कपडे, डोळे, चेहरे पाहून मला वाटले की, हेही सुस्थितीत नाहीत.

मी विचारले, ''बरे आहे का?''

एकमेकांकडे पाहून ते गप्प राहिले.

''काय करता आता?''

''काही नाही, दोघंही बेकार आहोत.''

''का, आपल्यापैकी अनेक जण आता मोठे झाले आहेत; त्यांच्याकडून काम मिळेल की!''

तर, ते म्हणाले, ''गेले ते दिवस. आता कोणी ओळखसुद्धा दाखवत नाही.''

गेल्या पंचवीस वर्षांच्या काळात कुणाकुणाच्या अशा अचानक गाठीभेटी झाल्या. प्रतापगडला शिवरायांच्या पुतळ्याचे उद्घाटन करायला जवाहरलाल नेहरू आले होते, त्या समारंभात व्यासपीठावर कुणी भेटले. कोणी तमाशा परिषदेत, मंत्र्यांच्या

खुर्चीला खुर्ची लावून बसले असताना दिसले. कोण लोकसभेत होते. कोण सरकारी अधिकारी झाले होते. असे काही भेटले, पण पुष्कळ भेटलेही नाहीत. एक काळाभोर, अडाणी धनगराचा पोरगा होता; तो नाही भेटला. एक साधासुधा शिक्षक होता, तो नाही भेटला. तो पहिलवान नाही कुठं दिसला. तो बंदूकवालाही नाही. तो डॉक्टर होऊ पाहणारा मुलगाही नाही.

कधी-कधी माझ्या मनात धस्स होते. वाटते – जंगलाच्या, डोंगराच्या आश्रयाने एकत्र येऊन ही माणसे पुन्हा भूमिगत नाही ना झाली? आम्हाला अभिप्रेत होते ते स्वातंत्र्य हे नव्हे; ते आम्ही मिळवू, असे वेड डोक्यात घेऊन त्यांचे गुप्त उद्योग तर चालू नाहीत ना?

■

पटकथा

ते १९४८ किंवा ४९ साल असावे. मी नुकताच मुंबईला येऊन राहिलो होतो. नायगाव क्रॉस रोडवर असलेल्या माधववाडीतील एका खोलीत प्रपंच थाटलेला होता. नोकरी नव्हतीच. थोड्याफार गोष्टी प्रसिद्ध झाल्या होत्या, संग्रह नव्हता. कुठे रेडिओसाठी 'आबांची चंची' लिही, तर 'मौज' साप्ताहिकासाठी 'माणदेशी माणसं' लिही – असे चालत असे. मनात सारखे येई की – देवा, काही चमत्कार घडून माझ्या हाती जर एकदम पाच-सातशे रुपये येतील, तर प्रपंचासाठी लागते ते सामानसुमान मी घेईन. एक खुर्ची, एक टेबल, पुस्तकांसाठी एक कपाट मला हवे आहे; तेवढे मला मिळावे.

– आणि देवाने एका सकाळी एक भला माणूस दारी धाडला. सूट-बूट घातलेल्या त्या रुबाबदार माणसाने दारात उभे राहून प्रश्न केला, ''माडगूळकर इथंच राहतात का?''

मला वाटले, हा माणूस घर चुकला.

''कोणते माडगूळकर हवेत आपल्याला?''

''व्यंकटेश.''

''मीच तो. या.''

गृहस्थ बूट काढून आत आले. चटईवर अवघडून बसले.

''मी केशव तळपदे.''

''नमस्कार.''

''आपल्याकडे काम असं आहे की, मी 'संत नामदेव' नावाचा चित्रपट काढणार आहे. तो आपण लिहावा, अशी माझी इच्छा आहे.''

मला हा सर्व चमत्कार वाटला. मी प्रामाणिकपणे म्हणालो, ''पण मला काही अनुभव नाही. चित्रपटलेखन मी केलेले नाही.''

''मला माहीत आहे, पण तुम्ही लिहू शकाल. मी तंत्र सांगेन. मला फक्त एवढेच सांगा की, तुम्हाला वेळ आहे का?''

''आहे. मी मोकळाच असतो.''

''इच्छा आहे का?''

''हो.''

''मग हरकत नाही. कथा, पटकथा आणि गाणी तुम्ही लिहायची!''

''गाणी?''

''कविता लिहिली आहे ना?''

''हो, पण फार नाहीत.''

''मग काही अवघड नाही. आता व्यवहार! सर्व लेखनाचे मी तुम्हाला सहाशे रुपये देईन आणि नटांना संवाद सांगण्यासाठी तुम्ही सेटवर राहा. त्याचे वेगळे देईन. तुमचा महिन्याचा घरखर्च किती आहे?''

या अवघड प्रश्नावर मी स्तब्ध राहिलो. हिशेब सांगता येण्याजोगा नव्हताच. थोडा वेळ वाट पाहून केशवराव म्हणाले, ''दीडशे रुपये धरू. तेवढे मी महिन्याला पगार म्हणून देईन. तुम्हाला मान्य आहे का?''

मी होकारार्थी मान हलविली. लगेच त्यांनी शंभराच्या दोन नोटा काढून पुढे ठेवल्या. ''हा ॲडव्हान्स. लेटर टाइप करून मी याच वेळी उद्या येईन. जाऊ?''

''बराय.''

– आणि ते गृहस्थ निघून गेले.

'नामदेव'ची कथा लिहिण्यासाठी चरित्रात्मक माहिती आम्ही श्री. आजगावकर यांच्याकडून घेतली. त्यांच्या बिऱ्हाडी गेलो, तेव्हा आठ मांजरे आणि पाच कुत्री त्यांच्या अवतीभोवती होती. ही इतकी प्रजा कशी, म्हणून सहज प्रश्न केला; तेव्हा संतचरित्रकार आजगावकर म्हणाले, ''अहो, सुरुवातीला हौस म्हणून पाळली एक मांजरी आणि कुत्री. त्याचा हा एवढा विस्तार झाला. सोडून कुठं देणार मुक्या प्राण्यांना; म्हणून सांभाळतो आहे, झालं!''

संतांवर चित्रपट लिहिण्याची आमची मुळीच पात्रता नाही, असे मला त्या क्षणी वाटले. पण तळपदे यांनी मला धीर दिला.

'नामदेव'मध्ये काम करण्यासाठी केशवरावांनी उत्तम नट-नटी घेतल्या. ललिता पवार होत्या, सुमतिबाई गुप्ते होत्या, इंदिराबाई चिटणीस होत्या, जयराम शिलेदार होते, विवेक होता.

चित्रपटाचे शुटिंग सात महिने चालले. माझा काळ फार सुखाचा गेला.

हा चित्रपट फार चालला नाही, पण मला चित्रपटलेखक करण्याचे व्रत केशवरावांनी सोडले नाही. या संतपटानंतर 'मर्द मराठा' हे ऐतिहासिक चित्र त्यांनी माझ्याकडून लिहवून घेतले. आणखी खूप कल्पना त्यांच्या डोक्यात होत्या; पण ते अगदी अकस्मात वारले. मी एका उत्तम स्नेह्याला मुकलो.

'नामदेव'चे लेखन मी करावे, असे त्यांच्या मनात कसे आले, म्हणून एकवार मी विचारले; तेव्हा ते म्हणाले, "मला संपूर्ण वेळ देणारा नवा होतकरू लेखक पाहिजे होता. चिंतामणराव कोल्हटकरांनी मला सांगितले की, तुम्ही त्या मुलाकडे जा. तो लिहील."

यानंतर मी बऱ्याच चित्रपटकथा लिहिल्या. सुमारे पंचवीसएक. त्यांपैकी अठरा चित्रे पडद्यावर आली. काही चालली, काही पडली. नाना अनुभव आले. काही स्क्रिप्ट्स वाया गेली. म्हणजे मी ती लिहिली, त्यांचे पैसेही मिळाले; पण ती पडद्यावर कधीच आली नाहीत. काही लोकांनी ॲडव्हान्स म्हणून हजार-आठशे रुपये दिले आणि पुन्हा ते कधी माझ्याकडे आलेच नाहीत. अशा स्क्रिप्ट्सच्या बाबतीत फार पंचाईत होते. ही कथा-कल्पना आपली नसते, निर्मात्याची असते. तिचे पैसे आपण घेतल्यामुळे ती दुसऱ्यांना देता येत नाही. काम फुकट जाते. शिवाय उगीचच आपल्याला पैसे मिळाले, अशी एक अपराधी भावनाही असते. पण पुढे लगेच कोणी तरी काम करून घेऊन पैसे मात्र देत नाही आणि आपल्या मनातील अपराधी भावना नाहीशी होते.

एकदा एका निर्मात्याने माझी कथा घेतली. मी नवखा होतो, तरी माझ्याकडून पटकथा, संवादही घेतले; पण तसे नाव मात्र दिले नाही. मी 'का नाही?' म्हणून विचारले, तेव्हा त्यांनी खुलासा केला –

"त्या स्क्रिप्टमध्ये मी नामवंत लेखकाकडून दुरुस्त्या करून घेतलेल्या आहेत, त्यांचं नाव देणं धंद्याच्या दृष्टीनं मला फायदेशीर होणार आहे. तुम्हाला अद्याप धंद्यात नाव नाही."

मग धंद्यात नाव होण्याची मी वाट पाहत राहिलो.

एका नामवंत लघुकथालेखकाची लघुकथा घेऊन एक निर्माते आले आणि मला म्हणाले, "या कथेवर मला चित्रपटकथा लिहून द्या."

ती कथा फार लहान होती. फार तर तीन-चार सीन्स होतील, एवढे प्रसंग तिच्यात होते.

मी म्हणालो, ''या कथेवर पंचावन्न सीन्स लिहायचे, म्हणजे कठीणच आहे.''
निर्माते म्हणाले, ''तीच तर कसोटी आहे.''
''पण मला सगळेच घडवावे लागेल.''
''घडवायचेच.''

तसे मी केले. चित्रपटाचा रौप्यमहोत्सव साजरा झाला. निर्मात्यांना पुष्कळ पैसा मिळाला.

पुढे एक-दोन वर्षांनी मला कळले की, या चित्रपटाचे हक्क कोणा हिंदी निर्मात्याने बारा सहस्र रुपयांना घेतले आणि ही रक्कम लेखक, निर्माते आणि दिग्दर्शक यांनी वाटून घेतली. मला विचारलेसुद्धा नाही, याचे मला वाईट वाटले.

पुढे निर्मात्याची गाठ पडताच मी विचारले, ''का हो, मला विचारलंसुद्धा नाही?'' तर ते शांतपणे म्हणाले, ''तुमचा संबंध काय? आम्ही मूळ लेखकाला विचारले; कथा त्यांची होती.''

एका निर्मात्याने कादंबरी आणून दिली. ती वाचून झाल्यावर मी म्हणालो, ''अहो, खून, जाळपोळ, भाऊ-बहिणीचा शृंगार, दरवडा असं सगळं आहे यात. लोकांनी काय म्हणून ते बघावं?''

''आम्हाला वाटतं, हे चित्र चालेल. तुम्ही सगळं नीट, गोड लिहा; म्हणजे झालं.''

मोठ्या नाराजीने मी लिहिले. म्हणजे तडजोडच.

कादंबरीकार नाखूश झाले. त्यांचे म्हणणे पडले की, माझी कादंबरी पार बदलली. या चित्रपट-निर्मात्यांना सुमारे बारा लाख रुपये फायदा झाला.

निर्माते मला म्हणाले, ''आता बोला?''
मी म्हणालो, ''आम्हाला अक्कल नाही.''

आणखी एक निर्माते आवर्जून भेटले. म्हणाले, ''तुमची कथा हवी.''
मी म्हणालो, ''स्टंट चित्रपटासाठी?''
''हो.''
''मला काय जमणार?''
''लिहा तर –''

चित्रपट हिंदीत होणार होता. मी मराठीत लिहीत होतो. रोज स्टुडिओत जाऊन लिहायचे. वाचून दाखवायचे. लिहिणे अजून चालूच होते.

तेवढ्यात एके दिवशी स्टुडिओत सेट लागलेला, शुटिंग चालू झालेले पाहिले. मी चौकशी केली, ''हे शुटिंग कशाचे?''

"तुमच्याच चित्रपटाचे."

"आं? मी तर अजून लिहितोय."

तर ते म्हणाले, "झालेले सीन्स मुन्शींनी हिंदीत केलेसुद्धा; तेच चाललेत."

हा चित्रपट लागल्यावर पाहण्याचे धाडस मी केले नाही. (असे माझे पाच-सहा तरी चित्रपट आहेत की, ते पाहण्याचे धाडस मला झालेच नाही. प्रेक्षकांना बापड्यांना कल्पना नसल्यामुळे त्यांनी मात्र काही आठवडे तरी केले.)

आणखी एकदा मी एक चित्रपट लिहिल्यावर निर्मात्याचे म्हणणे पडले की, यातला खलनायक आणखी जास्ती खलपुरुष हवा. वास्तविक, अशा वेळी मी मतभेद प्रकट करीत नाही. पण आता वाटले की, नाव मिळाले आहे. करावा म्हणून केला. म्हणालो, एवढा पुरेसा आहे.

निर्माते निघून गेले आणि त्यांनी चक्क एका विनोदी नटाकडून आपल्याला हवा तो बदल करून चित्रपट केला आणि लावलाही. शिवाय त्या नटाचे नावही माझ्या बरोबरीने दिले. आपल्याला नाव मिळाले आहे, हा माझा गर्व साफ उतरला.

आणखी एका मान्यवर निर्मात्याने माझी कथा घेतली आणि बऱ्याच दिवसांनी मला लिहिले, 'स्क्रीन-प्ले तुम्ही लिहा. पैसे देऊ. नाव वाटले तर देऊ.'

मी नम्रपणे नकार दिला; पण या बाणेदारपणाचे बक्षीस म्हणून ती कथा पडद्यावर कधीच आली नाही – कुजलीच!

मला वाटते – चित्रपटकथा, तडजोडी, घडामोडी, काही किस्से एवढे पुष्कळ आहेत. थोडक्यात गोडी.

मी नावे कुणाची मुद्दाम सांगितली नाहीत. कारण नावे दिली की, लोक रागावतात आणि फार लोकांचा राग ओढवून घेणे काही सुखाचे नसते.

माणसाने सुख पाहावे!

■

ग्रहफल

ज्योतिषविद्या अकादमी
प्रो. समचरण
एकवार भेट द्या!

ही पाटी मी अनेकदा पाहिली होती. रस्त्याला लागूनच हे साधे घर होते. पलीकडे एक सलून होते. अलीकडे अमृततुल्य चहाचे एक दुकान होते आणि या दोन्हींच्या मध्ये 'ज्योतिषविद्या अकादमी' होती.

जेव्हाजेव्हा या रस्त्याने मी फिरत जाई, तेव्हा या गूढ जागेत एकवार जावे आणि आपले भविष्य जाणून घ्यावे, अशी मला इच्छा होई.

पण माझी जन्मतारीख मला निश्चित ठाऊक नव्हती. जन्मदिवस, वेळ काहीच उपलब्ध नव्हते. त्यामुळे कुंडली हा प्रकार माझ्यापाशी नव्हता. तेव्हा आत जाऊन आपण काय करणार, असा विचार करून मी नेहमी पुढे जात असे.

अखेर अचानक मला माझे जन्मटिपण सापडले. महिना, वार, वेळ सर्व सापडले आणि आता आपले भविष्य निश्चितच उजेडात येणार, अशी माझी खात्री झाली. कुंडली खिशात घेऊन मी 'अकादमी'त एकवार प्रवेश केला. हिय्या करून मी त्या अलिबाबाच्या गुहेत शिरलो.

जागा फारच लहान होती. एका लहान खोलीच्या दोन लहान खोल्या केलेल्या होत्या. चश्मा लावलेला, बारीक आवाजाचा एक पोरगेलासा सेक्रेटरी बाहेर काही लिहीत बसला होता.

मी विचारले, "समचरण आहेत का?"

सेक्रेटरी म्हणाला, ''आहेत. बसा.''

त्याने हे अगदी कुजबुजल्यासारखे सांगितले. आपण फार मोठ्या आवाजात बोललो याची जाणीव होऊन मला लाजल्यासारखे झाले.

मग मी स्वत:च्याच हातावरच्या रेघा पाहत काही वेळ बसून राहिलो.

सुमारे वीस मिनिटांनंतर मधले दार उघडले आणि मला 'आत जा' अशी खूण सेक्रेटरीने केली.

प्रो. (नुसते प्रो. असल्यामुळे हे प्रोफेसर आहेत की प्रोप्रायटर आहेत, याचा उलगडा मला शेवटपर्यंत झाला नाही.) समचरण हे चांगले गोरेगोमटे आणि गुबगुबीत गृहस्थ होते. त्यांचे डोळे भेदक होते. कपाळावर त्रिपुंड्र होता. अंगात बंद गळ्याचा कोट घालून ते बसले होते.

त्यांना पाहून मला उगीचच वाटले की, आपले भविष्य फार उज्ज्वल नसणार. कसनुसे हसून मी म्हणालो, ''आपल्याला भेटावं, असं फार दिवस माझ्या मनात होतं; आज योग आला.''

यावर लहान मुलाकडे पाहून हसावे तसे प्रो. हसले. म्हणाले, ''काही दुखत-खुपत असल्याशिवाय माणूस डॉक्टरकडे जात नाही.''

खरे तर माझे काहीच दुखत-खुपत नव्हते. फक्त भविष्यात डोकावून पाहण्याची इच्छा होती. मी माझी कुंडली त्यांच्यासमोर ठेवली.

डोळे बारीक करून समचरण माझे ग्रह पाहू लागले. बघता-बघता त्यांचे डोळे उजळले, चेहरा उजळला.

''हं, असं आहे काय!''

''वृषभ म्हणजे तुमचे पाय नेहमी जमिनीवर. स्वभाव शांत, राग सहसा येत नाही. पण आला तर निघत नाही. प्रेमळ आहात, पण अबोल. त्यामुळे लोकांचा समज होतो की, तुम्ही आतल्या गाठीचे आहात. काय? पटेल तिथे होय म्हणा, म्हणजे मी पुढे जातो.''

माझा काही मतभेद असण्याचे कारण नव्हते. माझी खात्री होती की, माझा स्वभाव अगदी अस्साच आहे.

पुसट हसून मी मान डोलविली.

''पुढे. लहानपणापासून तुम्ही कष्ट करीत आहात. पण मिळावं असं फळ अजून मिळालेलं नाही. कष्टाच्या मानानं फळ नाही. काय?''

''बरोबर आहे.''

''तुमचं राहण्याचं ठिकाण नेहमी प्रशस्त आणि उत्तम असणार.''

इथे मात्र मला पट्कन मान हलविता आली नाही. कारण तसा मी दहा बाय

दहाच्या खोलीत राहिलो होतो. नंतर काही वर्षे दहा बाय दहाच्या दोन व आज आठ बाय सहाची एक – अशा तीन खोल्या. नंतर दहा बाय बारा, दहा बाय दहा आणि दहा बाय वीस.

आता कुठे जिन्याखाली किंवा मोटार-तबेल्यात राहण्याची वेळ माझ्यावर कधी आली नव्हती, हे मात्र खरे. म्हणजे, माझ्या राहण्याचे ठिकाण प्रशस्तच होते.

मी होकारार्थी मान हलविली. मग काही गणिते करून समचरण म्हणाले, "हं, नोकरीच आहे कपाळी आजवर. दिसतंच आहे."

"हो, आहे खरी."

"नोकरीत मिळून-मिळून काय मिळणार?"

"तसंच म्हणता येणार नाही. थोडं-फार मिळतं!"

"तुम्ही स्वतंत्र धंदा करा काही तरी. कागदाचा व्यापार किंवा प्रेस – असं काही तरी करा. त्यात भाग्योदय आहे. काय?"

वास्तविक धंद्यातलं मला 'ओ' का 'ठो' कळत नाही.

"सूचना चांगली आहे. मी विचार करतो."

"आता हेल्थ. वृषभ म्हणजे रुंद खांदे, जाड मान. पण घसा सांभाळा. घसा आणि पोटसुद्धा. पोटाचे विकार नेहमी संभवतात. सगळ्यांना वाटतं वरवर की, तुम्ही अगदी धट्टेकट्टे आहात. पण खरं काय, ते तुमचं तुम्हाला माहीत."

हेही मी बिनतक्रार मान्य केलं.

"आता अचानक द्रव्यलाभ तुम्हाला नाही. नाही तर मी म्हणालो असतो की, लॉटरीचं तिकीट घ्या. पण द्रव्य तुमच्यापर्यंत येण्याच्या दोन वाटा आहेत."

ही गोष्ट मला फार उत्साहवर्धक वाटली. 'इच्छा आहे तिथं मार्ग आहे', अशी म्हण मला माहीत होती. पण माझ्या बाबतीत इच्छेच्या ठिकाणी दोन मार्ग होते. हे फारच उत्तम होतं. (या दोन्हीही वाटा मी तूर्त सांगत नाही. कारण ते व्यवसायातील गुपित आहे.)

"आणि एकाहत्तर सालापासून बहात्तर, चौऱ्याहत्तर ते थेट ऐंशीपर्यंत महामूर पैसा तुम्हाला मिळणार आहे. काय?"

"आनंदाची गोष्ट आहे."

यावर हातातील पेन्सिल नीट खाली ठेवून समचरणांनी दोन्ही तळवे जोडले आणि म्हटले, "आता तुमचे काही प्रश्न असतील, तर विचारा."

खरं तर विचारण्याजोगे काही राहिलेच नव्हते. माझा स्वभाव शांत, प्रेमळ होताच. लोकांचे अकारण गैरसमज होतेच. आजपर्यंत कष्ट करून मला मिळावे तितके मिळाले नव्हते. तरी पुढे भरपूर मिळणार होतेच. शिवाय वाटा दोन होत्याच. काय विचारायचे?

मी म्हणालो, ''माझं समाधान झालं आहे. मला काही विचारायचं नाही.''

''छान! मग शुल्क म्हणून एकादश रुपये द्या आणि पुन्हा जरूर तेव्हा या.''

आता माझ्या धंद्या-नोकरीसंबंधी काहीही माहिती नसताना या भल्या गृहस्थाने किती तरी अचूक गोष्टी मला सांगितल्या होत्या. तेव्हा एकादश रुपये ही काही फार मोठी रक्कम नव्हती. ती देऊन मी अत्यंत समाधानाने बाहेर पडलो.

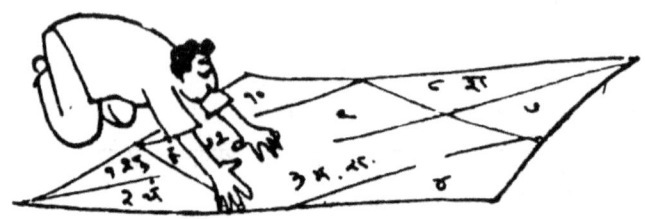

बाहेरच्या बाकावर गंभीर चेहऱ्याने तीन माणसे बसलेली होती. माझी खात्री होती की, ही माणसे चांगली, सज्जन, प्रेमळ, दयाळू आहेत; पण त्यांच्याविषयी गैरसमज आहेतच. त्यांना अद्यापि कष्टाचे फळ मिळाले नाही, पण सत्तरपासून पुढचा काळ उत्तम आहे. शिवाय द्रव्य मिळण्याच्या दोन वाटा या प्रत्येकाच्या नशिबात असणारच.

स्वतःविषयी बरेच निश्चित असे ज्ञान प्राप्त झाल्याच्या आनंदात मी रस्त्यावर आलो आणि गर्दीत मिसळून चालू लागलो.

■

एकमत

माझी बहीण एकदा धावत-पळत माझ्याकडे आली. काळवंडलेल्या चेहऱ्याने म्हणाली, ''उद्या सकाळी माझं ऑपरेशन आहे.''

''आं? कशाचं?''

''कानाचं.''

ती पुढे सांगू लागली, ''माझा कान नेहमी दुखतो. म्हणून काल एका सर्जनला दाखविला. त्यांनी फोटो घेतले. तपासले आणि म्हणाले की, 'उद्या सकाळी सात वाजता या. ऑपरेशन केलं पाहिजे.' मी म्हणाले, 'अहो, पण माझे मिस्टर इथं नाहीत. त्यांना कळवलं तरी पाहिजे. चार दिवसांनी केलं तर नाही का चालणार?' तर ते म्हणाले, 'इथं काही भात-पोळ्या करण्याचं काम नाही, आजचं उद्यावर टाकायला. कानातलं इन्फेक्शन मेंदूपर्यंत गेलं म्हणजे माणूस हाती लागत नाही. जा, उद्या या'....''

''अस्सं? हे गृहस्थ मामलेदार कचेरीत सी.जी.टू. व्हायचे, ते सर्जन झालेले दिसतात.''

''हो, पण मी आता काय करू, असा प्रश्न उभा राहिलाय माझ्यासमोर.''

''माझं ऐकतेस का?''

''काय?''

''तुला मनोमन असं वाटतंय का, हे दुखणं आता अगदी विकोपाला गेलंय?''

बहिणीचा चेहरा गंभीर झाला. काही क्षण विचार करून ती म्हणाली, ''तसं वाटत नाही मला. अधूनमधून कान दुखतो आणि थांबतो. आत्ताच काही सीरिअस आहे, असं मला वाटत नाही. पण आपण काही तज्ज्ञ नाही या विषयातले. मनाचा

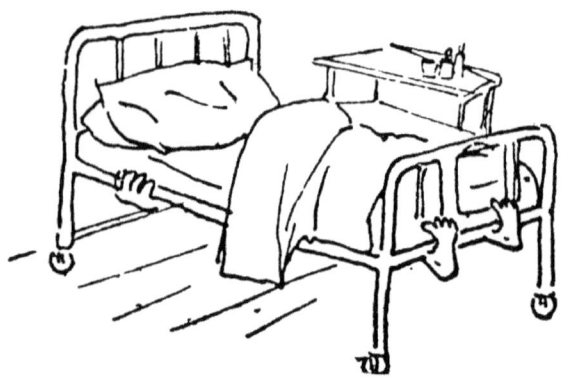

भरवसा धरून डॉक्टरचा सल्ला कसा टाळायचा?''

''टाळायचा नाही; पण ऑपरेशनआधी आपण आणखी एका तज्ज्ञाचा सल्ला घेऊ. तोही जर म्हणाला की, ऑपरेशन लगेच केलं पाहिजे; तर करू.''

ही कल्पना तिला बरी वाटली. म्हणाली, ''पण डॉक्टरांना आता कोण सांगणार जाऊन, उद्याचं ऑपरेशन रहित म्हणून? माझी काही छाती नाही.''

थोडा वेळ परिणामाविषयीचा विचार करून मी म्हणालो, ''मी भेटतो त्यांना.''

''आणि ते एक्स-रे, फोटो, कसल्या-कसल्या टेस्ट, ते सगळे कागदपत्रं – आणा त्यांच्याकडून. पुन्हा दुसऱ्या सर्जननं त्याच चक्रात घालायला नको.''

''बराय. मी संध्याकाळी जातो आज.''

मी गेलो. डॉक्टरांच्या पॉश खोलीत त्यांच्या समोरच्या खुर्चीवर जाऊन बसलो. त्यांनी हसून स्वागत केले. बाहेर बरेच पेशंट बसलेले असल्यामुळे मी माझा मनोदय प्रस्तावना न करता डॉक्टरांना सांगितला. त्यावर ते पट्कन म्हणाले, ''असं कसं करता येईल? ऑपरेशन ठरलं आहे. तुमची बहीण आता काही नकळती नाही. तिनं होकार दिला. मी सगळी तयारी केलीय.''

मी निश्चयाने म्हणालो, ''हो, पण मी असा निर्णय घेतलाय की, आणखी एका सर्जनचा सल्ला घ्यावा आणि मग ऑपरेशन करावं.''

डॉक्टर चिडले. ते म्हणाले, ''मी या विषयातला तज्ज्ञ समजला जातो.''

''मी आपला अधिकार अमान्य केलेला नाही. पण दोन तज्ज्ञांचं एकमत हे फारच प्रभावी असणार; नाही का?''

''डॉक्टरच्या बुटांत पाय ठेवून बघा तुम्ही.''

''त्यापेक्षा मी आपल्याला अशी विनंती करतो की, आपण एका भावाच्या बुटात पाय ठेवून बघा.''

“मी त्या भूल देणाऱ्या डॉक्टरांना बोलावून ठेवलंय.”

“ते अमके-तमकेच ना? माझ्या शेजारी राहतात. चांगल्या परिचयाचे आहेत माझ्या. त्यांना मी जाऊन भेटेन. तुम्ही निश्चिंत राहा.”

शेवटी संताप दाबून डॉक्टर म्हणाले, “ठीक आहे. रद्द करू आपण उद्याचं ऑपरेशन.”

“थँक्स. मला तिचे सगळे पेपर्स देता का प्लीज?”

ते डॉक्टरांनी काढून दिले. विजयी होत्साता मी बाहेर पडलो.

सकाळी दुसऱ्या तज्ज्ञाची अपॉइंटमेंट घेतली. संध्याकाळी बहिणीला घेऊन त्यांच्याकडे गेलो. म्हणालो, “हिचा कान नेहमी दुखतो.”

शांतपणे त्या तज्ज्ञाने बहिणीच्या कानाची कसून तपासणी केली आणि ते म्हणाले, “मी औषधं लिहून देतो. ती चार दिवस घ्या.”

“काही काळजी करण्यासारखं नाही ना?”

“नाही.”

मग पहिल्या तज्ज्ञाचे नाव न सांगता मी त्याचा निर्णय या तज्ज्ञांना सांगितला. फोटो वगैरे दाखविले. विचारले, “लगेच ऑपरेशन करावं लागेल का?”

“तसं मला वाटत नाही. तुम्ही चार दिवसांनी या.”

आता या गोष्टीला सुमारे सहा वर्षे झाली आहेत. बहिणीचा कान उत्तम आहे आणि त्या दोन्ही डॉक्टरांचा व्यवसायही उत्तम चाललेला आहे.

तुम्ही काय करता, कुणास ठाऊक! पण एखादा सर्जन मला जेव्हा निश्चयाने सांगतो की, त्वरित ऑपरेशन केलं पाहिजे, अमुक कापले पाहिजे, तमुक उघडून पाहिले पाहिजे; तेव्हा ऑपरेशन टेबलावर जाण्यापूर्वी मी आणखी एका सर्जनचा सल्ला शांतपणे घेतो. सहसा दोन सर्जनचे ‘एकमत’ कधी होत नाही आणि आपला एखादा अवयव वाचतो.

(खरे तर दोन ऑपरेशन्स टळतात – एक, डॉक्टरांनी ज्याचे निदान केलेले असते ते आणि दुसरे, आपल्या गळ्याचे!)

■

नकार : एक दैवी गुण

जो माणूस लिहितो, त्याने बोलावे; अशी अपेक्षा का बरे केली जाते? नुसती अपेक्षा नव्हे; तर आग्रह केला जातो, भीड घातली जाते, मध्यस्थ घातला जातो. आणि हे सगळे कशासाठी, तर व्याख्यान व्हावे म्हणून!

आज एकाएकी मला जाणीव झाली आहे की, व्याख्यान देणे हा अत्यंत फालतू उद्योग आहे. मी सहसा व्याख्यान देण्यासाठी कुठे जात नाही. नम्रपणे नकार देतो. पण पुष्कळदा मित्रांच्या शब्दाखातर किंवा नातेवाइकांच्या आग्रहाखातर मला कुठे-कुठे 'हो' म्हणावे लागते. असे दोन होकार मी नुकतेच देऊन बसलो होतो आणि आपण हा काय मूर्खपणा केला, म्हणून आता पश्चात्ताप पावत होतो.

मला गावोगावची फार निमंत्रणे येतात, असे मला म्हणावयाचे नाही; पश्चात्तापाचे ते कारण नाही. लोकप्रिय वक्ता म्हणून मला कोणी मोजत नाही. पण अधून-मधून कुणाच्या तरी भिडेला बळी पडून मी इंदापूर किंवा धामणगाव कॉलेजमध्ये जाऊन वाङ्मय मंडळाचे उद्‌घाटन करावयाचे मान्य करतो आणि एस.टी.चा प्रवास सोडून एक तासभर भाषण देण्याचा मूर्खपणा आपण का केला, म्हणून पश्चात्ताप पावतो. हे मी का बरे पुन:पुन्हा करतो? काय आहे त्यात? ना प्रसिद्धी, ना वैभव, ना चैन, ना मिळकत! पंच्याऐंशी मैल जायचे, दोन दिवस घालवायचे, हजार-बाराशेच्या समुदायापुढे बडबडायचे आणि परत यायचे – हा एवढा उपद्‌व्याप कशासाठी?

आता नटाकडून लेख मागविणारे लोक, लेखकाने व्याख्यान द्यावे असे म्हणणारच; त्यांना काय दोष द्यावा? पण आपण त्यांच्या आग्रहाला का बळी पडावे?

मी नकार देतो, तो आपला दुसऱ्याला त्रास होऊ नये आणि स्वत: त्रास भोगू

नये, या विचाराने. एखाद्या ठिकाणी मी जातो; तेव्हा ते गाव, तो हॉल, समोर बसलेले श्रोते, अध्यक्ष आणि स्वत: आपण – या सर्वांचाच मला विलक्षण राग आलेला असतो. मला पक्के माहीत आहे की, मी काही चांगला वक्ता नाही. भाषणाला उभा राहिलो की, एकीकडून मी बुजलेला असतो आणि उद्धटही असतो. मी वाक्ये विसरतो, गोंधळतो, खोकतो, खाकरतो 'आणि, व, मग' या शब्दांचा उच्चार पुन:पुन्हा करतो. सांगण्यासारखे मौलिक असे माझ्यापाशी काही नसते. श्रोत्यांना हसविण्याच्या खटाटोपात मी स्वत:चेच हसे करून घेत असतो आणि मला हेही माहीत आहे की, जेव्हा-जेव्हा मी एखाद्या गावी भाषण करतो, तेव्हा-तेव्हा बहुधा माझ्या शंभर ते दीडशे वाचकांना मी कायमचा मुकतो.

याचे मला दु:ख होत नाही. कारण मी वक्ता नाहीच. हां, आता श्रोत्यांना सांगण्यासारखे असे माझ्यापाशी काही असते, त्याच्या जोडीला उत्तम आवाज असता, भव्य व्यक्तिमत्त्व असते; तर मी टेबलाशी बसून लिहिण्यापेक्षा वक्ताच झालो नसतो का? पुढारी नसतो का झालो, किंवा रंगभूमीवर नट म्हणून नसतो का प्रसिद्धी पावलो?

मला निवांत जागा, थोडे कोरे कागद, बऱ्यापैकी पेन द्या आणि उत्तम काम घ्या, स्वत:च्या पाठीवर शाबासकी घ्या. मला हॉल, टेबल-खुर्ची, अध्यक्ष, मायक्रोफोन अन् श्रोतृसमुदाय द्या आणि माझे काम बघून स्वत:च्या तोंडात मारून घ्या; पश्चात्ताप पावा!

आता पूर्वीप्रमाणे लिहिताना आपण 'प्रिय वाचक', 'रसिक वाचकहो' वगैरे

संबोधून लिहीत नाही. तरीसुद्धा लिहिताना आपल्या डोळ्यांपुढे प्रिय आणि रसिक वाचकवर्ग असतोच. तो आहे, हे आपल्याला ठाऊक असते. पण मी जेव्हा भाषणासाठी कुठे उभा राहतो, तिथे हा वाचकवर्ग मला दिसत नाही. ते कोणी वेगळेच लोक असतात. वेळ घालवायला दुसरी काही जागा नाही म्हणून जमलेले. या लेकाच्याची पच्ची कशी होते, ते पाहण्यासाठी आलेले. त्यांत आपण या वर्षी नवा चेहरा मिळविला, एवढेच समाधान मिळवून, लांब चेहऱ्याने बसलेले कार्यवाह असतात. 'काय बेटा बोलतोय!' असे मनाशी म्हणणारे अध्यक्ष असतात.

सभेला सुरुवात होते. परिचय करून देणारे श्रोत्यांना सांगतात – आजच्या आपल्या पाहुण्यांचे मी फारसे काही वाचले नाही, पण ते लोकप्रिय लेखक आहेत आणि आज आपल्या कानांना तासभर उत्तम भाषणाची मेजवानी मिळणार आहे. मी फार वेळ घेत नाही. आपण उत्सुक आहात ते पाहुण्यांचे शब्द ऐकण्यासाठी वगैरे... वगैरे आणि दुष्टपणे आपल्याकडे बघून हसून खाली बघतात.

मी उभा राहतो. टिंगलबाज कुजबुज, हसू कानांवर येते. आपल्याकडे रोखलेले हजार-बाराशे डोळे दिसतात आणि मी मनाशी प्रतिज्ञा उच्चारतो, 'आता पुन्हा कधीही हा मूर्खपणा करणार नाही – ही शेवटची वेळ!'

समजा श्रोत्यांमध्ये काही खरोखरीच चांगले, अगत्यशील, ऐकून घेण्याच्या इच्छेने आलेले लोक असले; तरीसुद्धा त्यांना व्याख्यानरूपे सांगण्यासारखे माझ्यापाशी काही नसते. याच तेवढ्या लोकांना बाजूला घेऊन बसावे आणि गप्पा माराव्यात, असे मला वाटते. म्हणजे असे की, लोकांना माझ्यात रस नसला, तर आपण बोलून त्यांना का बेजार करावे, म्हणून मी नाउमेद असतो. एकूण, सगळा वैतागच असतो.

उत्तम वक्ता असला... माझ्या बरोबरीच्या लेखकांत दोघे-चौघे आहेत... की, तो स्वत:च्या व्यक्तित्वावर, आवाजावर खूश असतो. केवढ्या आत्मविश्वासाने तो उठून उभा राहतो. कसलेल्या योद्धाप्रमाणे एकवार श्रोत्यांवर नजर फिरवितो. पहिल्या दहा-पाच वाक्यांतच तो नाठाळ घोड्यावर स्वार व्हावे; तसा श्रोत्यांच्या मनावर स्वार होतो आणि मग सुखाने दऱ्या-खोरीसुद्धा फिरतो. तो स्वत: रंगतो, श्रोत्यांना रंगवितो. याउलट वाईट वक्ता उभा राहताना हैराणच असतो. त्याचा आवाज, डोळे, चेहरा – सगळेच असे असते की, पहिल्या पाच-दहा मिनिटांतच श्रोते हैराण होतात. सगळे अवघड आणि अशुद्ध होऊन जाते!

माझ्या मनात येते की, मी आणि माझ्यासारखेच दहा-बारा वाईट वक्ते तेवढे सहज मिळतील – यांनी जर मनावर घेतले व गावोगावी वाङ्मय मंडळे, साहित्य परिषदा, स्नेहसंमेलने गाजवून सोडली, तर एक-दोन वर्षांच्या आत या महाराष्ट्र देशात केवढा तरी दरारा निर्माण होईल! यापुढे कोणा लेखकाला कधी व्याख्यानाची म्हणून गळ घालायची नाही, असा निश्चय सर्व लोक करतील. समस्त लेखकांची

एका वार्षिक आपत्तीतून सुटका होईल आणि असेच जर वर्षानुवर्षे चालू राहिले, तर 'लेखकवक्ता' ही जात नामशेष होऊन जाईल. सुख आणि शांततेचे राज्य सर्वत्र पसरेल. माझ्यासारखे अनेक लेखक आणि श्रोते समाधान पावतील. खरे तर माझ्या पूर्वीच्या पिढीतील लेखकांनी हे करायला हवे होते. ते त्यांनी केले नाही, म्हणून मला दोन ठिकाणी जावेच लागणार होते. मी हे पांढऱ्यावर काळे केले, म्हणून काही ते लोक क्षमा करणार नाहीत. समारंभ रहित करणार नाहीत. मला जावेच लागेल. सुटका नाहीच!

समोर श्रोते असतील – प्राथमिक शाळेतील मुले, ट्रेनिंग कॉलेजच्या मुली, अध्यापक आणि अध्यापिका, पालक आणि प्रौढ आया असतील. परिचय करून देणारे काही तरी बोलतील. मी माझ्या खुर्चीत अवघडलेल्या अवस्थेत बसून असेन. मनातून भयंकर धास्तावलेला.

शेवटी मी उठेन... बोलू लागेन....

अरेरे! मी त्या दोन लोकांना होकार का दिला? मी अत्यंत निर्धाराने नाही का म्हणालो नाही?

'चुकणे' हा माणसाचा स्वभाव आहे आणि 'नकार' देणे, हा दैवी गुण आहे. ■

मी गोष्टी कशा लिहितो?

माणगावच्या विठ्ठलमामांनी कुत्र्याचे एक सुरेख पिल्लू आणले. फुटबॉलएवढ्या आकाराचे, पांढऱ्याशुभ्र रंगाचे आणि पाठीवर करड्या रंगाची दोन मोठी ठिगळे असलेले असे हे पिल्लू होते.

मामा म्हणाले, "तुला माहीत नाही, एके काळी आमचं गाव कुत्र्यांबद्दल फार प्रसिद्ध होतं. आसपासच्या चार तालुक्यांत नाव होतं आमच्या गावाचं. याला तू भाकरी दुधात कुस्करून घालत जा. हे घराची राखण करील. तुम्ही बिनघोरी झोपा त्याच्या जिवावर."

पिल्लू पाहून आम्हाला फार आनंद झाला. आमचे घर अगदी एका बाजूला होते. भुरट्या चोरांचा त्रास व्हायचा. बागेतले पितळी नळ आणि गुलाबाची झाडं वरचेवर चोरीला जायची. माणगावी कुत्रा राखणीला असल्यावर आता चोराची फाटकात शिरण्याची हिंमत नव्हती. सगळ्यात जास्त आनंद झाला धाकट्या बेबीला. लोकरीच्या बाहुलीप्रमाणे ती पिल्लाला सारखी काखेतून मिरवू लागली. ते पिल्लूही तिचे गाल चाटू लागले. ती जाईल तिथे मागून डुलूडुलू जाऊ लागले.

मी टेबलाशी बसलो, तेव्हा डोळे मोठे करून मामांनी विचारले, "लिहिणं चाललंय वाटतं?"

"हो."

चहाचा घुटका घेऊन मामा म्हणाले, "आता मी काही अडाणी माणूस नाही. कोंबडा भेटला नाहीतरी कोंबडी अंडी घालते, हे मला चांगले ठाऊक आहे. पण तुम्ही सगळं मनानं कसं रचता, हे कळत नाही. काय रे, हे सगळं तुमच्या डोक्यातून निघतं का?"

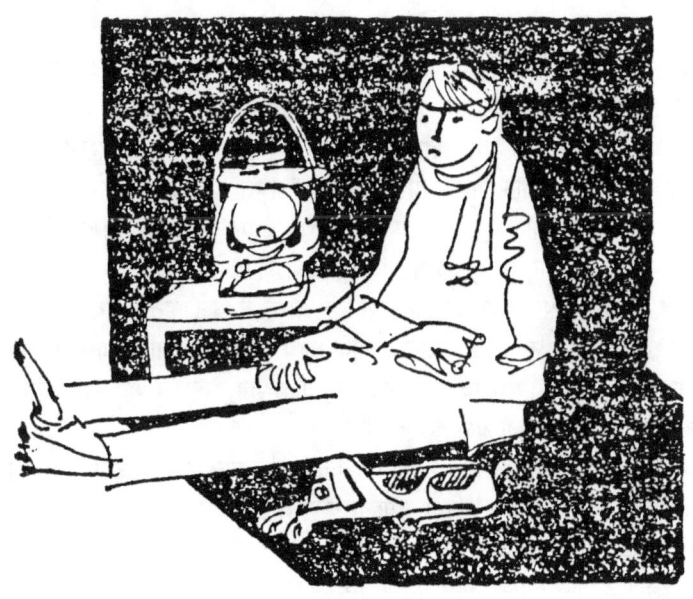

मी मान हलवली.

"बघा – आमच्या डोक्यातून नाही कधी निघत?"

मी काय उत्तर देणार?

मामा वाट बघून म्हणाले, "मला बारामतीला जाऊन यायचं आहे. द्राक्षवेलीची कटिंग आणायची आहेत. दोन दिवसांनी माघारी येईन, तेव्हा मला नीट समजावून सांग; बरं का!"

संध्याकाळ झाली होती. चहा संपवून मामा निघून गेले.

कुत्र्याशी खेळून-खेळून बेबी दमली आणि झोपून गेली. आम्ही सर्वांनी कौतुक करून झाल्यावर कुत्र्याला व्हरांड्यात सोडले आणि दार बंद करून जेवणे उरकली.

काही वेळ ते पिल्लू व्हरांड्यात हे हुंग, ते हुंग, इथं लहान विधी, तिथे मोठा विधी – असे करीत हिंडले. तोवर रात्रीचे नऊ वाजले. मग आम्ही एका कोपऱ्यात त्याची बैठक घातली. त्याला 'गुड नाइट' करून व्हरांड्यातला दिवा मालवला आणि दार बंद करून घेतले. आम्हाला वाटले की, खेळून दमलेले पिल्लू आता एकांतात छान झोपेल.

दहा-एक मिनिटांनी व्हरांड्यात कूंऽ कूंऽ असा बारीक आवाज होऊ लागला. पिल्लू फारच समजूतदार व शहाणे होते. कुणाला त्रास होऊ नये म्हणून ते अगदी

हलक्या, नाजूक स्वरात कुरकुरत होते. साहजिक आहे; पहिला दिवस होता, जागा नवी होती. पंधरा मिनिटांनी आवाज मोठा झाला आणि पिल्लू चक्क भुंकू लागले. आम्हाला वाटले, नळ काढायला चोर आला. गडबडीने बॅटरी, काठी घेऊन दार उघडले. तर, चोर नव्हता अन् काही नव्हते. पिल्लू व्हरांड्यात खाली उतरून बागेत गेले होते आणि अंधाराला भुंकत होते. आम्हाला बघताच ते गप्प झाले.

मग त्याच्या गळ्यात एक सैलशी दोरी बांधून आम्ही व्हरांड्यात खिडकीच्या गजाशी त्याला गुंतवून पुन्हा दिवे मालविले आणि झोपलो.

पाच मिनिटांत पिल्लू एकदम गळा काढून ओरडू लागले. इतके भयानक की, आता विचारता सोय नाही. आजूबाजूचे लोक काय म्हणतील आणि आमच्या कुत्रे बाळगण्याच्या हट्टाचा सामाजिक परिणाम काय होईल, म्हणून मी फार चिंतेत पडलो. मग आम्ही त्याला बशीतून दूध दिले.

बशी चाटून-पुसून स्वच्छ केल्यावर वाकड्या मानेने पिल्लू आपल्यासाठी राबणाऱ्या कुटुंबाकडे पाहत राहिले. त्याला धन्य वाटले असावे.

रात्रीचे अकरा वाजले होते. पोटात दूध गेल्यामुळे आता मात्र ते खचितच झोपेल, अशा वेड्या आशेने आम्ही आत येऊन अंथरुणावर अंग टाकले न् टाकले, तोच पुन्हा आकांत सुरू झाला. गळा दाबल्याप्रमाणे पिल्लू भयानक, भेसूर आवाज काढू लागले. चाल बदलून-बदलून ओरडू लागले. घरातील सर्व जण मख्खपणे ऐकत होते. मला फार संताप आला. ताड्कन उठून मी दार उघडले आणि व्हरांड्यात दिवा लावला. ओरडणे बंद करून पिल्लू शेपूट हलवू लागले. मग माझ्या लक्षात आले की,

१. याला बंधन नको आहे.
२. आम्ही सर्व जण आत आणि आपण एकटे व्हरांड्यात, हा पंक्तिप्रपंच त्याला असह्य आहे.
३. अंधार हा त्यालाही भीतिदायक वाटतो आहे.
४. या सर्व गोष्टी मनाप्रमाणे झाल्या, तरच ते झोपेल.

सर्व फॅमिली मेंबर्सना व्हरांड्यात बोलावून मी त्यांना वस्तुस्थितीची कल्पना दिली. प्राणिमात्रांना दयेने वागविणे, हे माणसाचे कर्तव्य आहे आणि ते आपण पार पाडलेच पाहिजे, असे सांगून मी माझा निश्चय जाहीर केला की, एक वाजेपर्यंत मी इथे वाचत बसणार आहे.

लगेच व्हरांड्यात अंगाभोवती ब्लँकेट लपेटून मी वाचीत बसलो. बंधनातून मुक्त झालेले पिल्लू माझ्या पायांशी अंगाचे वेटोळे करून पडून राहिले. सुमारे पंधरा मिनिटांत मला वाचन, दिवा आणि अवघडून बसणे असह्य झाले. पण मी आत गेलो की, हे पिल्लू पुन्हा आक्रोश करणार याची खात्री मला असल्यामुळे काय करावे,

हे कळेना. बराच विचार करून एक धूर्त योजना आखली. प्रथम मी दिवा घालविला आणि गप्प बसून राहिलो. पिल्लू ओरडले नाही. मग बिलकूल आवाज न होऊ देता ब्लँकेटचा गळाठा खुर्चीवर रचून अगदी हलक्या पावलांनी मी दार गाठले आणि हळूच आत आलो. पिल्लू बहुधा झोपले असावे. जरी जागे झाले, तरी आता अंधूक चंद्रप्रकाश होता. आरामखुर्ची आणि ब्लँकेटचा गळाठा बघून मी झोपलो आहे असे त्याला वाटेल आणि ते ओरडणार नाही याची मला खात्री होती.

घरात अजून कोणीच झोपले नव्हते. कारण मी काळोखातच अंथरुणावर पडताच आवाज आला, "कोडोपायरीनची गोळी आहे का?"

"कशाला?"

"माझं डोकं दुखायला लागलंय."

"पण दिवा लावायचा नाही."

"बॅटरी आहे माझ्या उशाशी."

कोडोपायरीनमुळे झोपे येते, हे मला माहीत होते. म्हणून मीही एक गोळी घेतली आणि अंथरुणावर अंग टाकले अन् तेवढ्यात व्हरांड्यातून कूंऽकूं आवाज आला.

पिल्लू बहुधा जागे झाले असावे. दोन पायांवर उभे राहून त्याने ब्लँकेटचा वास घेतला असला पाहिजे आणि आपण फसविलो गेलो आहोत, हे त्याच्या ध्यानी आले असावे. कारण थोडा वेळ कूंऽकूं झाले, नंतर स्तब्धता. नंतर भुंकणे आणि मग विलक्षण आक्रोश!

या खेपेला माझा पुतण्या उठून बाहेर गेला. कॉलेजच्या नाटकाची तालीम संपवून तो दीड वाजता घरी आला होता आणि नुकताच अंथरुणावर पडला होता. हळू आवाजात त्याने पिल्लाला केलेली दमदाटी मला ऐकू आली. एक-दोन फटके मारल्याचा आवाजही आला. पण सोबतीला कोणी आल्यावर पिल्लाला माराचे काही विशेष वाटले नसावे!

बराच वेळ शांतता होती. मला वाटले, पुतण्याने काही बंदोबस्त केला. हल्लीची पोरे हुशारच. पण लगेच व्हरांड्यातून पुतण्याचे ओरडणे ऐकू आले, "याला मांडीवर घेऊन मी किती वेळ बसू?"

इतका वेळ माझी मुलगी झोपल्याचे सोंग करून अंथरुणावर पडली होती. तिला खुदूखुदू हसू आले. ती म्हणाली, "अरे बैस, लग्न झाल्यावर ही प्रॅक्टीस उपयोगाला येईल!"

मग तिच्या आईच्या दटावण्याचा आवाज आला, "तो तालमीस्नं आलाय आत्ताच. तू जरा वेळ बसलीस, तर काही बिघडेल का? काही कामाची नाही कार्टी!"

त्यासरशी बिनकामाची कार्टी धुसफुसून उठली आणि मोठमोठ्याने आवाज करीत दार उघडून व्हरांड्यात जाऊ लागली.

मी शांतपणाने म्हणालो, ''तू नको एकटी बसूस बाहेर; तुझ्या भावालाही आत बोलाव. एवीतेवी माझी झोपमोड झालीच आहे. मीच जागतो आता उजाडेपर्यंत. नाही तरी आता साडे-तीन झालेतच.''

पुन्हा मी व्हरांड्यात वाचत बसलो. पिल्लू अधूनमधून जागे होऊन मी आहे की नाही, हे पाहत होते.

चार वाजले. पाच वाजले. पिल्लू जागे होऊन कूंऽकूं करू लागले. दूधवाला आला, तेव्हा मी ओरडून म्हणालो, ''याला दूध घाला आता. नाही तर पुन्हा शंख करील.''

आतून आवाज आला, ''हो, आणि आपणही आता चहा घेऊ या.''

दिवाळीत उठल्याप्रमाणे आम्ही सर्व जण लवकर उठलो आणि उद्योगाला लागलो.

चांगले उजाडले होते. मग पिल्लू दारात दोन पायांवर तोंड ठेवून गाढ झोपून गेले.

कुत्र्याच्या सबंध जातीबद्दल माझ्या मनात संताप भरून राहिला होता. भावनेला वाट देण्यासाठी मी ही सर्व हकिगत लिहून काढली, तेव्हा बरे वाटले.

विठ्ठलमामा दोन दिवसांनी परत आले, तेव्हा आम्ही सर्व जण वैतागून गेलो होतो. आम्ही केलेले थंड स्वागत पाहून त्यांना काही कळेनासे झाले. शेवटी मी त्यांना लिहिलेली हकिगत वाचून दाखविली. ती ऐकून विठ्ठलमामा फारच खूश दिसले. म्हणाले, ''माझ्यामुळे एवढा त्रास घरादाराला झाला; वाईट झालं. पण एक फायदा झाला माझा. तू गोष्टी कशा लिहितोस, ते मला कळलं!'' ■

लेखकदर्शन

'द बुक ऑफ इंडियन बर्ड्स' हे बॉम्बे नॅचरल हिस्टरी सोसायटीने प्रसिद्ध केलेले पुस्तक वाचकांनी पाहिले असेल. आपल्या भारत देशात आढळणाऱ्या सर्व पक्ष्यांची माहिती आणि रंगीत चित्रे त्या पुस्तकात पाहावयास मिळतात.

पक्ष्याचा आकार (size), तो दिसतो कसा, खातो काय, उडतो कसा, शब्द कसा करतो (filed character), त्याचा आढळ कोणकोणत्या भागात होतो, त्याच्या सवयी काय असतात (habits) आणि तो केव्हा, कुठे, कसली व किती अंडी घालतो (nesting) यांची मनोरंजक पण शास्त्रीय माहिती लेखकाने या पुस्तकात दिलेली आहे. पक्षिनिरीक्षणाचा (bird-watching) छंद असणाऱ्यांना हा ग्रंथ फारच उपयुक्त आहे. त्याच धर्तीवर प्रस्तुत लेखकाचा हा एक नम्र प्रयत्न आहे.

पौराणिक लेखक

आकार : क्रौन्च पक्ष्याएवढा.

दर्शन : पंडितासारखा दिसतो. नर-मादीत फारसा फरक नाही. दृष्टी बहुधा अधू असते.

आढळ : पुणे, मुंबई, नागपूर.

सवयी : महाभारत हे याच्या आवडीचे खाद्य आहे. कुरुक्षेत्रावर हिंडताना पुष्कळांना दिसतो. 'जितम् मया, जितम् मया,' असा शब्द करतो.

उत्पादन : कमी. दोन किंवा तीन वर्षांतून एकदा. हा पुस्तक लिहीत नाही, तर ग्रंथांना जन्म घालतो.

ऐतिहासिक लेखक

आकार : पौराणिकाएवढाच.

आढळ : पुणे आणि कोल्हापूर.

सवयी : पेशवे दफ्तर, ऐतिहासिक रुमाल, साधुदासांच्या कादंबऱ्या हे आवडीचे खाद्य. गड-दुर्ग फिरताना दिसतो. जुने कागद, नकाशे, हत्यारे, पागोटी वगैरे गोळा करून त्यांचा संग्रह करतो. 'वाहवा, खाशी,' असा शब्द करतो. उड्डाण बरेच दूरचे असते. जुन्या पुस्तकांच्या दुकानांभोवती घिरट्या घालतो. एखाद्या उपेक्षित ऐतिहासिक व्यक्तीला न्याय मिळवून देण्यासाठी हा धाव घेतो.

उत्पादन : वर्षातून एकच पुस्तक, विशेषत: कादंबरी. पण ती चांगली जाडजूड असते.

विनोदी लेखक

आकार : राघूएवढा.

दर्शन : डोक्याला टक्कल. केस लवकर जातात. संतुष्ट दिसतो. फार लोकप्रिय असतो.

आढळ : सर्व महाराष्ट्रात.

सवयी : उंच जागी (सरकारी, निमसरकारी कमिट्यांवर) बसणे याला आवडते. हा कशाला बुजत नाही. थोर-थोर लोकांच्या मनगटा-खांद्यावर बसून गोड बोलतो. नकला करतो. राजेरजवाडे, नर्तकी, गायिका यांना हा फार प्रिय होतो. स्तुती हे याचे आवडते खाद्य आहे.

उत्पादन : ऑगस्ट ते ऑक्टोबर. तेही अवघड जागी.

मध्यमवर्गीय लेखक

आकार : कबुतराएवढा.

दर्शन : 'क्लार्क ग्रेड टू' सारखे. डोळ्यावर जाड चश्मा. शरीरसंपदा खर्ची पडलेली (किंवा मोडून खाल्लेली) दिसते.

आढळ : सर्वत्र.

सवयी : हा कुठल्या तरी पेठेत दिसतो. तेच त्याचे विश्व असते. घुमता येत नाही. चिर्रऽचिर्रऽ असा शब्द काढतो.

साधेसुधे जीवन आणि इतर मध्यमवर्गीयांची दु:खे हे खाद्य. लहानपणीच याचे पंख छाटतात. त्यामुळे त्याला उंच भरारी मारता येत नाही. पिंजऱ्यातसुद्धा जनन होते.

उत्पादन : जुलै ते ऑक्टोबर; परंतु सप्टेंबरमध्ये बहर असतो. संख्या बेसुमार.

झोपडपट्टी लेखक

आकार : राजगिधाडाएवढा. (King Vulture).

दर्शन : किंचित उग्र, झिप्रे. हे अमर असतात, असा समज आहे.

आढळ : प्रामुख्याने मुंबई शहर.

सवयी : गलिच्छ वस्त्यांच्या आसपास रेंगाळतो. त्वरेने जाऊन अनुभवांना अर्ध्या वाटेत गाठतो. मांस-मच्छर हे खाद्य. कधी-कधी 'अललऽडुर्रऽ' असा शब्द करतो. एकवार जमिनीवर उतरल्यावर उड्डाण कष्टप्रद असते. माणसाळत नाही.

उत्पादन : वर्षा-दोन वर्षांतून एकच स्फोटक कादंबरी.

ग्रामीण लेखक

आकार : गावठी कोंबडीएवढा.

दर्शन : खुळे कावरे दिसतात, पण बेरकी असतात.

आढळ : महाराष्ट्रात सर्वत्र... विशेषत: कोकण, दक्षिण सातारा, कोल्हापूर आणि मराठवाडा. हे ग्रामीण भागातून स्थलांतर करून शहरांतही येतात. कळपाने हिंडतात.

सवयी : टराटरा अंग खाजविणे आणि पचापचा थुंकणे. यांच्या तोंडी शिव्या असतात. 'आयला, मायला' असे शब्द वरचेवर काढतो. भरारी घेता येत नाही. कोंबडीप्रमाणेच खुराड्यात किंवा कोनाड्यात बसून असतो. पान-तंबाखू हे आवडीचे खाद्य.

उत्पादन : ऑगस्ट ते ऑक्टोबर. प्रसंगी बारा कथा घालतो. त्यात चुटके, किस्सेही असतात. कादंबरी फक्त कोकण भागातल्यांनाच जमते.

बाल-लेखक

आकार : मुठीएवढा.

दर्शन : प्रसन्न, सात्त्विक.

आढळ : पुणे-मुंबईसारख्या मोठ्या शहरांतून. हा शाळांतून आणि नभोवाणी केंद्रांच्या आसपासही आढळतो.

सवयी : अंगठा चोखतो. खुदूखुदू हसतो. हा भारद्वाज पक्ष्याप्रमाणे लाजरा आहे. हाही उंच जागी जाऊन बसतो. 'ये गं आई, ये गं ताई,' असे शब्द करतो.

उत्पादन : लहान-सहान पुस्तुकुटली. तीही वर्षभर.

भरड लेखक
(खरड म्हणूनही ओळखला जातो.)

आकार : टिटवीएवढा. जमिनीवर मुरून बसतो, तेव्हा ओळखता येत नाही. एकंदरीत हा इतरांपेक्षा वेगळा. याला शोधणे हे काम तयार डोळेच करू शकतात.

दर्शन : दिसायला निरुपद्रवी असतो.

आढळ : शहरांतून, तसा खेड्यापाड्यांतूनही. पोस्टाच्या आसपास फार दिसतो.

सवयी : दुसऱ्याचे प्रकाशित लेखन हे खाद्य. शिवाय इंग्रजी, हिंदी, क्वचित गुजरातीही चवीने वाचतो. 'अन्याय, कंपूशाही,' असे शब्द विव्हळल्यासारखे वरचेवर काढतो. याला भरारी मारता येत नाही. जास्तीत जास्त कोंबडीएवढे उडू शकतो.

उत्पादन : सतत वर्षभर. कादंबरी, नाटक, लेख, कविता, कथा... काहीही घालतो.

■

नाटक

दोन अंक झाल्यावर माझ्या ध्यानी आले की, हे नाटक आता पडले, असेच समजले पाहिजे. थिएटर जवळजवळ मोकळेच होते. फार-फार तर शे-सव्वाशे प्रेक्षक असतील. त्यांच्यापैकी माझ्यासारखेच निमंत्रित काही असणारच. बरे, कोणाच्या चेहऱ्यावर उल्हास दिसत नव्हता. जांभया देऊन, आळोखे-पिळोखे देऊन 'आता आणखी एकच अंक ना?' असे जो-तो म्हणत होता.

मला माझे पहिले नाटक आठवले. ते १९५८ साल असावे. पुष्कळ श्रम घेऊन मी हे पहिले नाटक लिहिले होते. माझा मी सहसा कधी आपल्या लेखनावर खूश नसतो. पण हे नाटक लिहिल्यावर आपण काही तरी बरे लिहिले आहे, इतपत मला वाटत होते. नाटक नवे होते, काही सांगणारे होते. पहिला प्रयत्न म्हणून मला प्रेक्षकांकडून वाहवा मिळेल, अशी माझी अपेक्षा होती. नाटक बसविणारे दिग्दर्शक अनुभवी होते. पात्रांची निवड चांगली होती. मी स्वत: तालमीला अनेक वेळा हजर राहिलो होतो. या हौशी नाट्यसंचाने आजवर चांगली-चांगली नाटके रंगभूमीवर आणली होती. एक मातब्बर नाट्यसंस्था म्हणून नाव कमावले होते. कुठे काही कमी नव्हते.

होता-होता पहिल्या प्रयोगाची रात्र उजाडली. यापूर्वी मी काही चित्रपट लिहिले होते, लोकनाट्ये लिहिली होती; पण त्यांच्या पहिल्या प्रयोगांना आपण कधीही हजर राहायचे नाही, असा माझा रिवाज होता. अस्वस्थ मनाने मी आपला त्या रात्री घरीच असे. कोणी कितीही आग्रह केला, तरी थिएटरकडे फिरकत नसे. मला वाटे की,

आपण लिहिलेला चित्रपट किंवा लोकनाट्य पडणारच असेल, तर तो प्रकार माझ्यासमोर व्हायला नको; डोळ्यांमाघारी काहीही होवो. केवळ याच विचाराने मी माझे काही चित्रपट आजतागायत पाहिलेले नाहीत. (पाच नावे तरी मला आठवतात.)

त्यामुळे नाटकाच्या पहिल्या प्रयोगाला हजर राहण्याचा माझा मुळीच विचार नव्हता. पण हा विचार बोलून दाखविताच दिग्दर्शक म्हणाले, "वा-वा, असं कसं? नाटककारानं पहिल्या रांगेत बसून पहिला प्रयोग पाहावाच लागतो. त्याशिवाय त्याला कुठे काय कमी आहे, हे कळणार कसं?"

"पण मी कधीच पहिल्या दिवशी हजर राहत नाही."

तरीही दिग्दर्शकांच्या आग्रहाखातर मी पहिल्या प्रयोगाला हजर राहिलो.

तिसरी घंटा झाली. पडदा उघडला. दिवाणखाना, कोच, खुर्च्या, भिंतींना लावलेल्या तसबिरी वगैरे नित्याच्या देखाव्याऐवजी लहानशी झोपडी, पुढे निंबाचे झाड, पार, कुंभाराचे चाक, गाडगी-मडकी असले दृश्य दिसले. मळकट कपडे घातलेला कोणी म्हातारा कुंभार रंगमंचावर आला आणि हेंगाड्या भाषेत काही बोलू लागला. अगदी संथ गतीने नाटक सुरू झाले. एक फुगे विकणारा पुढे आला. एक खण विकणारा व्यापारी आला. कुंभाराच्या घरापुढे मोटार स्टँड सुरू झाला आणि प्रेक्षकांना वाटले, हे कसले नाटक? याला नाटक म्हणायचे? काय ही पात्रे, काय त्यांचे वेश, काय त्यांची भाषा आणि हा काय जुनाट, प्रतिगामी विषय! म्हणे, नव्याने खेड्यात आलेली ही प्रवासी मोटार आपले वाटोळे करील. छे! काय हा मूर्खपणा....

प्रसंग घडत होते, पात्रे बोलत होती; पण कुठे दाद मिळत नव्हती. प्रेक्षक अस्वस्थ झाले होते. कुजबुजत होते. मोठ्याने टीका चालू होती आणि मी ती ऐकत होतो.

पहिल्या दहा-पंधरा मिनिटांतच नाटक उभे न राहता रांगत राहिले आणि तीन अंक होईपर्यंत भुईसपाट झाले. चौथा अंक सुरू झाला; तेव्हा सगळे कळाहीन, निर्जीव असे झाले होते.

नाटक संपले! मी दाराबाहेर जाऊन उभा होतो. प्रेक्षकांची तीव्र निराशा झाली आहे, हे मला कळत होते. कारण काहीही न बोलता 'येतो-जातो' वगैरे काहीही न सांगता लोक मुकाट्याने थिएटरबाहेर पडत होते. माझ्याशी कोणी बोलले नाही.

मला अपराध्यासारखे झाले. आपल्या हातून काही तरी घडू नये असे घडले आहे, असे वाटून शरमल्यासारखे झाले. तेवढ्यात कोणी तरी दोन प्रेक्षक... हे बहुधा माझे तरुण वाचक असावेत – केवळ सहानुभूती दाखविण्यासाठी माझ्यापाशी

आले. मी धूम्रपान सोडून सहा महिने झाले होते. ते पुन्हा कधी सुरू करेन, असे वाटत नव्हते. पण त्या प्रेक्षकांपैकी एकाने सिगारेट काढताच मी म्हणालो, ''प्लीज, मलाही एक द्या.''

मी सिगारेट ओढीत राहिलो आणि हळूहळू थिएटर रिकामे झाले. मी मनाशी म्हणालो, 'नाटक हा प्रकार या जन्मात आपल्याला जमणार नाही.'

पुढे 'जाणार कुठे?' या माझ्या नाटकाचे आणखी तीन प्रयोग होऊन ते नाटक इतिहासजमा झाले.

काही महिन्यांनी श्री. विश्राम बेडेकर मला म्हणाले, ''नवीन नाटक लिहिताय का?''

''छे, पहिलंच नाटक इतकं सपाटून पडल्यावर पुन्हा तिकडे कोण फिरकेल हो?''

''माडगूळकर, तो प्रकार घोड्यावर बसायला शिकण्यासारखा आहे. सुरुवातीला पडलं तरी धसका घ्यायचा नाही; लगेच पुन्हा बसायचं. मधे वेळ नाही जाऊ द्यायचा.''

पण मी या नाटक-घोड्यावर बसायचे नाही, असे पक्के ठरवून टाकले. सात वर्षे झाली तरी मी त्या बाजूलासुद्धा फिरकलो नाही.

सात वर्षांनी पी.डी.ए. याच संस्थेने ते नाटक राज्य नाट्य-स्पर्धेत करण्यासाठी निवडले. त्यांचे ते साहस पाहून मी चकित झालो. म्हणालो, ''तुम्ही हात दाखवून अवलक्षण का करता? एकवार आपटलेलं नाटक घेऊन पुन्हा स्पर्धेत का उतरता?''

पण त्यांचा आग्रहच होता. काहीही बदल न करता चौथा अंक वगळून हेच नाटक करायचे ठरले. जुन्या संचापैकी बहुतेक पात्रे तीच होती. फक्त दोन बदललेली होती. चौथा अंक वगळायचा, तर नाटकाचं 'जाणार कुठे' हे नावही बदलणं आवश्यक होतं. तीन अंकी नाटकाला हे नाव अन्वर्थक नव्हतं.

मी म्हणालो, ''चला, राज्य स्पर्धेसाठी एंट्री पाठवून द्या. 'तू वेडा कुंभार' असं नाटकाचं नाव देऊ.''

प्रथम फेरीत पुण्याला प्रयोग झाला आणि पहिल्या दहा-पंधरा मिनिटांतच प्रेक्षकांनी नाटक उचलले. वरचेवर हशा उसळू लागला. प्रेक्षक कधी गंभीर झाले, कधी थक्क झाले, कधी गहिवरून आले. पहिला पडदा पडला. टाळ्यांचा कडकडाट झाला.

दुसरा अंक पहिल्यापेक्षा जास्ती प्रभावी झाला. पुन्हा टाळ्या पडल्या.

तिसरा अंक आणखी प्रभावी झाला. टाळ्यांचा प्रचंड कडकडाट होऊन नाटक संपले.

श्री. अप्पासाहेब फडके पहिल्याच रांगेत होते. ते मला म्हणाले, ''तुमचे हे नाटक राज्य स्पर्धेत पहिले तर येईलच, पण ते चांगले चालेल. तुम्हाला नाव मिळवून देईल!''

मी म्हणालो, ''चालेल? आश्चर्यच म्हणावे लागेल!''

''पूर्वी ते पडलं कसं, हेच आश्चर्य आहे; आज चाललं तर आश्चर्य नाही.''

... आणि खरंच, राज्य स्पर्धेत 'तू वेडा कुंभार' पहिले आले. वेगवेगळी अशी पाच पारितोषिके त्याने पटकावली. या अवघड नाटकाचे ऐंशी-पंच्याऐंशी प्रयोगही झाले. मी नाट्यलेखनाकडे पुन्हा वळलो.

नाटकाचा तिसरा अंक संपला. जे मूठभर लोक थिएटरात होते, ते घाईगर्दीने बाहेर पडले. नाटककार माझ्या चांगल्या परिचयाचे, वयाने माझ्या बरोबरीचे होते. घाईगर्दीने घरी न जाता मी आत गेलो.

नाटककाराचा चेहरा उतरलेला होता. त्यांना सिगारेट देत मी म्हणालो, ''नाउमेद होऊ नका. आम्ही या मांडवाखालून गेलोय. कुणाला ठाऊक, आणखी पाच वर्षांनी याच नाटकाचे प्रयोगसुद्धा होतील!''

नाटककार धूरभरल्या तोंडाने म्हणाले, ''चलता है! आपण करीत राहायचं!''

■

पाहुणचार

तशी त्यांची-माझी फार दिवसांची मैत्री नव्हती. थोडा-फार परिचय होता. मी त्यांचे काव्य वाचले होते आणि खूश झालो होतो. हा कवी स्वत:चे नाणे पाडणार आणि झेंडा उभारणार अशी माझी खात्री होती.

'या एकदा आमच्या गावी' असे दिलखुलास निमंत्रण त्यांनी देताच मी ते स्वीकारले आणि शनिवार-रविवार साधून त्यांच्या नोकरीच्या गावी गेलो.

बिऱ्हाड नक्की कुठे आहे, हे माहीत नव्हते. एस.टी. स्टँडवर उतरताच चौकशी केली. पण त्या व्यापारी गावाने कोणी उत्तम कवी आपल्या इथे नोकरीसाठी आला आहे, याची दखल घेतलेली नव्हती. ज्याला विचारावे त्याने 'कोण बुवा हे?' असा चेहरा केला. पण एवढ्यात स्वत: कवीच घाईघाईने मोटारीपाशी आले. वाटले, आज एस.टी. थोडी आधीच पोहोचली असावी किंवा फार उशिरा तरी!

त्यांनी 'या-या' असे स्वागत केले आणि टांग्यातून आम्ही निघालो.

कवीचे भाड्याचे घर रस्त्याला लागून होते. जिना चढून वर गेल्यावर लांबलचक अशी एकच खोली म्हणा – दालन म्हणा – होते. रस्त्याला लागून गॅलरी होती आणि मागे जिना उतरून गेल्यावर परसू होते. खाली मालक राहत होते.

सर्व खोली पुस्तकांनी भरलेली नव्हती; पण भिंतीच्या कडेला बरीच पुस्तके रचलेली होती. त्यातले एक पुस्तक मी सहज उघडून पाहिले, तर त्यावर लिहिले होते, 'ही प्रॉपर्टी अमुक-अमुक यांची आहे.'

ग्रंथ ही प्रॉपर्टी समजणाऱ्या कवीकडे सामानसुमान फार नव्हते. त्यांनी चहा हॉटेलातून मागविला.

मी त्यांच्या मोरीत चूळ भरू लागलो तर ते म्हणाले, ''सांभाळून हो, आमच्या दोस्ताचे जाळे मोडू नका.''

मोरीच्या कोपऱ्यात कोळ्याचे सुरेख जाळे होते. धामुक्याएवढा कोळी त्यावर स्वस्थ बसून होता. कवी म्हणाले, ''तो माझा सोबती आहे. पण संधिसाधू आहे. सारखा टपून असतो. माशी अडकली की, त्याचं शौर्य आणि चपळपणा पाहण्याजोगा असतो. त्याचं जाळं मुद्दामच त्यानं उंच जागी बांधलेलं नाही. त्यामुळे त्याची प्रयत्नशीलता मला कधी अजून दिसली नाही. कंटाळा आला, म्हणजे हा दोरीवरून लोंबकळतो आणि मजेत झोके घेतो.''

मी विचारले, ''त्याला रोजचा घास मिळतो का?''

''मिळत असावा. कारण मूर्ख आणि बेसावध माश्या पुष्कळ आहेत. तरीपण कधी-कधी मी माश्या मारून त्याला घालतो. पण मारलेल्या माशीत त्याला रस नाही. धर्मानं अविंध दिसतो. मुर्दाड मांस त्याला वर्ज्य आहे.''

माझ्या अंघोळीची सोय घरमालकाच्या बाथरूममध्ये होती. मालकाच्या बसावयाच्या खोलीत एक पोर्ट्रेट होते. ते कुणाचे, म्हणून मी सहज चौकशी केली.

कवी म्हणाले, ''मालकाच्या वडिलांचं.''

तोवर मालक आले. त्यांनी आपल्या कर्तबगार वडिलांविषयी काही माहिती दिली. पुन्हा ते आत गेले. विषयच निघाला होता म्हणून कवींनी मला विचारले, ''तुमचे वडील?''

''अठ्ठेचाळीस सालीच वारले.''

कवी म्हणाले, ''आमचे अजून आहेत. वारत नाहीत. आम्ही लग्न वगैरे करून धंदाही करावा, असे त्यांचे म्हणणे आहे. पंचाईत आहे.''

मी म्हणालो, ''अहो, माणसानं जी तीन जन्मजात ऋणं मानायची असतात, त्यात पित्याचंही नाव आहे.''

''हो, पण माझा बाप... म्हणजे चांगला बाप, आई... म्हणजे चांगली आई. नुसते लिहिले की, कोणी लेखक होत नाही; तसं नुसता जन्म दिला की, कोण बाप होत नाही.''

''मुद्दा आहे!''

रात्री विलक्षण उकाडा होता. मी गॅलरीत झोपलो. हे गृहस्थ रात्री बराच वेळ रेडिओ ऐकत होते. रात्री जेव्हा-जेव्हा मी जागा झालो, तेव्हा-तेव्हा हे जागेच होते. दिवा जळत होता. 'चारमिनार'चा वास येत होता.

मी सकाळी विचारले, ''रात्री तुम्हाला झोप आली नाही वाटतं?''

तांबारल्या डोळ्यांनी माझ्याकडे पाहून ते म्हणाले, ''आली असती, पण मी वाचीत होतो. मधेच पुस्तक कसं सोडायचं?''

''काय झालं?''

त्यांना मोठी जांभई आली.

''आपण सिनेमा बघतो ना? बास, आता दहा सीन्स बघून झाले; झोपू, असं म्हणतो का? किंवा नाटकाचा एक अंक आज, उद्या दुसरा – असं करतो का? किंवा जेवताना आता भाजी खाल्ली, रात्री पोळी खाऊ म्हणतो का? मला पुस्तक वाचायला घेतलं की, अर्धवट कधी सोडता येत नाही.''

''म्हणजे पंचाईत आहे. 'वॉर अँड पीस' किंवा 'इडियट' वाचायची झाली तर?''

''वाचत राहायची. बारा तासांऐवजी अठरा लागतील, अट्ठेचाळीस लागतील; पण ती सवडीनं नाही वाचायची.''

''खरं आहे!''

मग मराठी साहित्याबद्दल बोलणे निघाले.

कवी म्हणाले, ''सगळं बेतबात आहे.''

''थोर असं नाहीच?''

आणखी एक प्रचंड जांभई देऊन ते म्हणाले, ''अगदी मोजकं. आपल्या भाषेतले सगळे लोक अलबते-गलबतेच आहेत.''

''थोर ग्रंथ कोणते?''

''तुकारामाची गाथा, लीळाचरित्र, गोडसे भटजींचं प्रवासवर्णन आणि स्मृतिचित्रे... बाकी बाजा....''

थोडा वेळ गप्प राहून हसून मी म्हणालो, ''म्हणजे आम्ही फुकटच लिहितो.''

कवी म्हणाले, ''खरं म्हणजे 'माणदेशी माणसं' लिहून तुम्ही मरायला पाहिजे होतं.''

''मरायलाच?''

''म्हणजे लेखक म्हणून. तसं तुम्ही शंभर वर्ष जगलात, तरी आमची हरकत नाही.''

पुन्हा थोडा वेळ गप्प राहून मी विचारले, ''पण मोठ्यांत मोठा लेखकसुद्धा एकच उंच उडी मारतो?''

यावर गंभीर उत्तर आले, ''हो, पण बाकीच्या उड्या दोरीवरच्या नसाव्यात!''

एवढे साहित्यविषयक बोलणे झाले आणि कवी म्हणाले, ''चला, आता इथे एकमेव उत्तम हॉटेल आहे. तिथे जाऊन आपण बिर्याणी खाऊ.''

एवढ्या चर्चेनंतर प्राणान्न खाण्याची कल्पना वाईट नव्हती.

तिसऱ्या प्रहरी मला परतीची गाडी होती. एस.टी. सुटायची अगदी वेळ झाली. मी जागेवर जाऊन बसलो.

कवी निरोप देताना म्हणाले, ''एक मात्र करू नका हं कधी –''

''काय?''

तेवढ्यात गाडी सुटलीही. हात वर करून ते म्हणाले, ''साहित्य संमेलनाचे अध्यक्ष वगैरे होऊ नका!''

''बराय, बराय!''

''रामराम!''

■

साहित्याचे भवितव्य

नुकताच एका युवकाने (हा शब्द अलीकडे आला. मागे 'पोरसवदा' म्हणत.) मला प्रश्न विचारला, ''लेखक व्हावं, असं मला फार वाटतं. मी प्रथम काय करू?''

मी गंभीरपणे म्हणालो, ''फेरविचार.''

''म्हणजे?''

''लेखन करून त्यावरच आपला चरितार्थ चालवावा, अशी तुमची जर योजना असेल; तर हा निर्णय घेण्याअगोदर तुम्ही फेरविचार करावात, हे बरं. कारण मला तरी इथून पुढे साहित्याचं भवितव्य फारसं उज्ज्वल दिसत नाही. मी हे अगदी मनापासून बोलतो; काही तरी चमकदार बोलावं म्हणून नाही.''

'आम्हां घरी धन, शब्दांचे भांडार' किंवा 'हे शब्द-सृष्टीचे ईश्वर,' हा शब्दाचा महिमा जाऊन आता देखाव्याला महत्त्व प्राप्त होत आहे. दृष्टीची मागणी आधी पुरी करावी, ही बालवाडीत उपयोगात आणावयाची पद्धत आता सर्वत्र लागू होत आहे.

रंगीबेरंगी चित्रपट, रंगीबेरंगी नाटके, लोकनाट्ये, खेळ, नाच हे सगळं इतक्या भडक देखाव्याने दाखविले जात असताना; तीन-चारशे पानांची लठ्ठ कादंबरी घेऊन वाचत कोण बसेल? आणि बसू म्हटले, तरी तेवढी निवांत जागा त्याला मिळेल का? सतत होणाऱ्या नाना आवाजांची आपल्याला आता इतकी सवय झाली आहे की थोडी शांतता असली की, तिथे मुलांना असुरक्षित वाटते. मग ती रेडिओ लावतात. बिनाकाच्या पार्श्वसंगीतावर त्यांचा अभ्यास शांतपणे होतो. बागेत, टेकडीवर कुठेही गेले तरी ट्रान्झिस्टर सोबतीला हवा. (पुढे आता अशी वेळ येईल की, बटण फिरवून शांतता ओतणारे यंत्र शोधून काढणे अत्यंत निकडीचे होईल. मग आज घरातील एखादी खोली जशी वातानुकूल करून घेतात, तशी श्रीमंतलोक आपली

घरे शांततामय करून घेतील.)

वाचताना ताप घेऊन शब्दांपासून किंवा कल्पनाविलासापासून आनंद घेण्यापेक्षा डोळ्यांनी देखावा पाहून खूश होणे सोपे आणि सहजसाध्य असते. मी लहानपणी पुस्तकात डोके घालून जेवढा बसत असे, तेवढी माझी मुले आता बसत नाहीत. मी 'पंचतंत्र', 'हितोपदेश' वाचले. ही मुले आता 'फान्टम बुक्स' वाचतात. यांची पुस्तके चित्रमय असतात, मजकूर उगीच तोंडी लावण्यापुरता असतो. मासिकेसुद्धा भरपूर चित्रे, रंगीत फोटो देणारी तेवढी चिकार खपतात; नुसता मजकूर देणारी मरून जातात. (जिज्ञासूंनी मराठी नियतकालिकांचा इतिहास पाहावा.)

सिनेमाचे खेळ रोज तीन या प्रमाणात पंचवीस, पन्नास आठवडे होतात; नाटकाचे सहासहाशे प्रयोग होतात, लोकनाट्ये पाचशे प्रयोगांनंतरसुद्धा पहिल्या प्रयोगाइतकी रंगतात. आता एका प्रयोगाला किमान पाचशे प्रेक्षक तरी असतील? पण पुस्तकाची पाच लाखांची आवृत्ती कधी काळी निघाली आहे का? तीन कोटी मराठी भाषकांच्या या कल्याणकारी राज्यात दोन हजारांची आवृत्ती खपायला तीन ते पाच वर्षे लागतात, असे ललित वाङ्मयाचे प्रकाशक म्हणतात आणि आमच्या रॉयल्टीचा हिशेबही तेच सांगतो.

मधून-मधून काही पुस्तके तडाखेबंद खपतात आणि आपल्याला वाटते की, साहित्याला आता बरे दिवस आले. पण या खपामागील कारणे पुष्कळदा वाङ्मयबाह्यही असावीत. स्वस्त पुस्तकयोजनेत लोक पुस्तके घेतात. ती वाचण्यासाठी की, दहा रुपयांची वस्तू पाच रुपयांत खरेदी केली, हा आनंद उपभोगण्यासाठी? गेल्याच वर्षी एका लोकप्रिय इंग्रजी मासिकाने सुमारे साडे-तीनशे पृष्ठांच्या पुस्तकाची जाहिरात केली. त्यांनी पाठविलेल्या कार्डावर केवळ 'बरोबर'ची खूण करून ते पोस्टात टाकायचे आणि सोबतचा भाग्यक्रमांक मात्र आपल्यापाशी कापून ठेवून द्यायचा. लगेच तुम्हाला अडुसष्ट रुपये किमतीचे एक रंगीत फोटोंचे आणि बेतास-बात मजकुराचे पुस्तक व्ही.पी.ने येईल. ते घ्यावयाचे आणि आपल्या नशिबाचा खेळ पाहायचा. हा भाग्यक्रमांक लागला, तर तुम्हाला नवी मोटारगाडी किंवा रेकॉर्डप्लेअर मिळेल. हे जरी नाही मिळाले, तरी काही ना काही भेट तरी प्रत्येक ग्राहकाला मिळेलच.

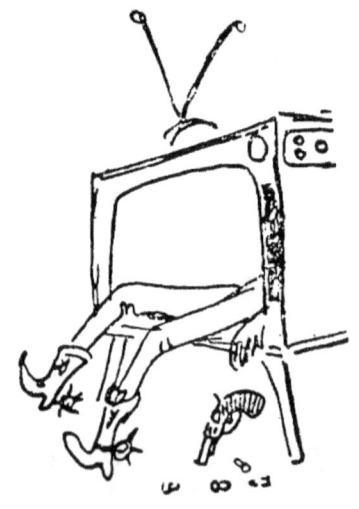

माझी खात्री आहे की, अडुसष्ट रुपये

किमतीच्या या पुस्तकाच्या लाखो प्रती खपल्या असतील. कारण माझ्या परिचयाच्या अनेक घरांत मी ते पुस्तक पाहिले. या सर्वांनी वाचण्यासाठी का ते पुस्तक घेतले होते?

एखादा चित्रपट पाहायचा चुकला की, चुटपुट लागते. नाटक बघायचे राहून गेले की, हळहळ वाटते. खूप चाललेले लोकनाट्य आपणच तेवढे अजून पाहिले नाही, याचे दुःख होते. पण एखादी उत्तम कादंबरी, कथासंग्रह किंवा कवितासंग्रह वाचला नाही, म्हणून कोणी हळहळताना दिसत नाही. नाटक-सिनेमाच्या तिकीटखिडकीशी रांगा लागतात तशा पुस्तकभांडाराच्या दाराशी लागलेल्या कोणी पाहिलेल्या नाहीत.

शिक्षणाचे क्षेत्र सारखे वाढत आहे. नवे वाचक निर्माण होत आहेत, असे आपण मानतो. पण हे वाचक खरेच वाचतात का? काय वाचतात? का ते फक्त पाहतात? शब्दांची जादू पाहण्यासाठी आतला डोळा उघडावा लागतो. उलट, आहेत त्या डोळ्यांनी सिनेमा, नाटक, खेळ, नाच पाहणे सोपे. हे सगळे डोळ्यांना खिळवून ठेवणारे कसे होईल, हा विचारच प्रामुख्याने होतो आहे. (मराठी रंगभूमी आता सुतारांच्या आणि आतारांच्या ताब्यात गेली आहे, असे नुकतेच कोणी म्हटले होते.) शब्द गळले, आपल्या पदरचे बोलले तरी चालेल; पण नेपथ्य, वेशभूषा आणि प्रकाशयोजना उत्तम पाहिजे. चित्रपटाचे कथानक हे दुय्यम महत्त्वाचे; खरे महत्त्व गेवा कलरला, उत्तम फोटोग्राफीला आणि भव्य सेटिंग्जना. भव्य पोस्टर्सनी, भव्य जाहिरातींनी लोकांचे लक्ष वेधून त्यांच्या डोळ्यांना मेजवानी द्यायची, असा हा मामला असतो.

...आणि आता आपल्या देशात टेलिव्हिजन येणार म्हणून शहाजणे वाजू लागली आहेत. तो हां-हां म्हणता येईलही. (परदेशी मदत आहे म्हणे!) आधी काळा-पांढरा येईल, मग रंगीत येईल. मोठा रुंद पडदा, रंगीत दृश्ये... मुलेबाळे त्यावर तुटून पडतील आणि उद्याची पिढी ही डोळ्यांनी पाहणाऱ्यांची होईल. आजवर जे ऐकायला मिळत होते, ते पाहायला मिळेल. हरएक चीज डोळ्यांनी पाहावी; डोक्याला ताप नाही.

टेलिव्हिजन करमणूक म्हणून प्रथम येतो आणि पुढे आजार होतो, असा पाश्चात्त्य देशांचा अनुभव आहे. त्याच्यामुळे वाचन आणि विचार करण्याची सवय लोपते, असेही ते लोक मानतात. हे सगळे आता फार दूर नाही, लवकरच ते घडणार आहे. सगळे युग डोळ्यांनी पाहण्याचे!

कथा, कादंबऱ्या, कविता वाचील कोण? मग ज्याप्रमाणे लघुनिबंध गेला, नाट्यछटा गेली, महाकाव्ये गेली; तसा प्रकार होईल. कथा-कादंबरीची जरुरीही राहणार नाही. ते प्रकार पुराणवस्तुसंग्रहालयात मांडले जातील.

माझे एक लेखक मित्र म्हणतात, "या पिढीतले मराठी साहित्यिक हे मोगल शहाजाद्यांसारखे आहेत. वडिलांचा खून करून त्यांना गादी हवी असते."

पण यापुढच्या काळात साहित्यिक-गादी राहणार आहे का?

■

आला आषाढ-श्रावण

आज दिवस पावसाचाच होता. सकाळपासून चिमधार पाऊस लागून राहिला होता. चार वाजले होते. आभाळ गच्च होते. कधी नव्हे, ते आज ऑफिसमधले दिवे दिवसभर जळत होते. जो-तो खिडकीतून बाहेर डोकावून म्हणत होता, ''पाच वाजता तरी थोडी उघडीप व्हायला पाहिजे. घरी जायची पंचाईत होईल, नाही तर!''

पुण्यातल्या पावसाला संध्याकाळी पडण्याची खोड आहे. नेमका ऑफिस सुटायच्या वेळेला धो-धो पाऊस!

सगळे पावसाआधी घरी पोहोचण्याच्या घाईत होते. टाइप-रायटर टकटकत होते. फोन खणखणत होते. कागद हातात घेऊन लोक स्टुडिओत जा-ये करीत होते. मला एक भाषण रेकॉर्ड करून सुट्टी मिळणार होती. समोर भाषणाचे हस्तलिखित होते – 'आपला शत्रू : उंदीर'.

एकही स्टुडिओ मोकळा नव्हता. थोडा वेळ थांबणे भाग होते. माझे टेबल दुसऱ्या मजल्यावर खिडकीलगत होते. खिडकीतून मला बाग दिसत होती. काळेकुंद आभाळ दिसत होते. बुचाची उंच झाडे, रस्त्याकाठचे वड धुऊन निघाले होते. भिजून चकाकणाऱ्या काळ्याभोर रस्त्यावरून सायकली, रिक्षा, मोटारी धावत होत्या. छत्र्या उघडून पादचारी लोक घाईघाईने चालत होते. सगळ्यांना पावसातून निवारा पाहिजे होता.

समोरचे भाषण मी काळजीपूर्वक पाहत होतो :

'धान्याच्या कोठारात किंवा वखारीत राहिलेली उंदरांची एक जोडी सहा महिन्यांत तेरा किलो धान्य खाते आणि खाल्लेल्या धान्याच्या दहा-पट नासाडी करते.

भारताची लोकसंख्या पन्नास कोटी आहे आणि एका माणसामागे पाच ते सहा उंदीर आहेत. म्हैसूरच्या सेंट्रल फूड टेक्नॉलॉजिकल इन्स्टिट्यूटनं उंदरांच्या संख्येचा अदमास काढला आहे. या संस्थेच्या मते दोनशेचाळीस ते पाचशे कोटी एवढी उंदरांची संख्या आहे. देशातील सोळाशेपन्नास कोटी रुपये किमतीच्या धान्याची नासधूस या उंदरांमुळेच होते....'

एवढ्यात छपरावर ताशा वाजू लागला. आला, पाऊस आला. सडासडा धारा कोसळू लागल्या. रस्त्यावरच्या लोकांची दाणादाण उडाली. झाडांचे शेंडे वाकले, बागेतील झुडपांच्या पाठी वाकल्या. फुले पाकळ्यांत विस्कटली. डांबरी रस्त्यांच्या काळ्या पाठीवर टपोरे थेंब फुटू लागले. भिजलेल्या चिमण्या भरारत आत आल्या. पावसाच्या धारा भराभर आत येऊ लागल्या, म्हणून ऑफिसच्या खिडक्या भराभर लावल्या गेल्या.

भिजलेल्या चिमण्या आढ्यांच्या फटींतून काही वेळ गप्प बसून राहिल्या. मग ओले पंख साफ करू लागल्या.

कागदाकडे पाठ करून मीही खिडकीतून बाहेर बघू लागलो. काचेच्या तावदानांवरून पाण्याचे ओघळ वाहत होते. मला काहीबाही आठवले :

'चिऊताई, चिऊताई दार उघड. थांब, माझ्या बाळाला न्हाऊ घालू दे. चिऊताई, चिऊताई, दार उघड. थांब, माझ्या बाळाला तीट लावू दे....'

एवढ्यात तळमजल्यावरून फोन आला, "स्टुडिओ मोकळा आहे."

उंदरासंबंधीचे भाषण रेकॉर्ड करण्यासाठी मी स्टुडिओत गेलो.

रेकॉर्डिंग संपवून मी स्टुडिओच्या बाहेर आलो, तर साडे-पाच वाजून गेलेले. फर्रफर्र पाणी उडवीत माझी स्कूटर घराच्या दिशेने धावते आहे. तोंडावरून ओघळून गार पाणी गळ्यापाशी शर्टात उतरते आहे. रेनकोटाला दाद न देणारा पाऊस अंगाला भिडतो आहे.

लाल पाण्याने भरून वाहणारी नदी, पलीकडे धूसर डोंगर, डांबरी रस्त्याचा ओला वास... दोन्ही बाजूंना ओल्या इमारतींचे जंगल... चिंब भिजून मी घरात पाऊल टाकले.

"थांबा, थांबा! बाथरूममध्ये नका जाऊ!"

"का?"

"आत उंदीर आहे."

"उंदीरच ना? मला वाटलं, साप आहे. बिळांतून पाणी शिरलं म्हणजे साप बाहेर पडून घरात निवाऱ्याला येतात पावसाळ्यात."

"ते मागून येणार असतील; उंदीर आलाय आधी. मागल्या पाइपवरून चढून खिडकीत आला आणि खिडकीतून आत पडला."

"मग दार बंद करून तो जाणार कसा बाहेर?"

"बाहेर म्हणजे घरातच येईल. एकदा घरात शिरला, म्हणजे सापडेल का तो?

बसलाय तिथंच मारला पाहिजे.''

बंद दार किलकिले करून मी आत डोकावलो. आपला शत्रू उंदीर भिजून चिंब झाला होता. गोंधळून जाऊन एका कोपऱ्यात थरथर कापत बसला होता. दारात आवाज होताच शेपूट वळवून त्याने तोंड वर केले. मुस्काट थरथरवीत तो माझ्याकडे बघू लागला.

''ईऽऽऽ! बंद करा दार, तो बाहेर येईल. केवढा माजला आहे लडदू! लावा, लावा दार!''

दार बंद करून मी कडी घातली.

''हा केव्हा आला?''

''दुपारी दोन वाजल्यापासून आहे... आणि अशा ठिकाणी बसलाय की....''

''समजलो. पण त्याला भिंतीवर चढून पुन्हा आल्या वाटेने बाहेर जाता आलं असतं.''

''कसं? फरश्या नाहीत का भिंतींना गुळगुळीत! फरश्यांवरून तो चढणार कसा?''

''तेही खरंच. मी आधी कपडे बदलतो ओले. मग आपण बघू, काय करायचं ते.''

कपडे बदलून मी परिस्थितीचा साकल्याने विचार केला. संकटांना धैर्याने तोंड देता येते; पण अडचणीच आल्या, तर त्यातून पार पडणे फार कठीण. संकटे कधीमधी येतात. अडचणी मात्र दररोज उभ्या असतात आणि त्या पार करण्यासाठी ईश्वरी साह्यच लागते.

बाथरूम अरुंद आणि निसरडी होती. उंदीर माझ्या आधीच अडचणीत होता. हातात काठी घेऊन जर मी दार थोडेसे उघडले आणि चपळाईने आत जाऊन बंद केले तर....

१. उंदीर चारी दिशांना धावू लागेल.

२. मी पाय घसरून पडेन.

३. उंदीर चावला, तर इंजेक्शने घ्यावी लागतील.

४. पहिल्या फटक्यात उंदीर मेला, तर हे काही होणार नाही.

विचारमग्न असा मी बसून राहिलो.

''हं, मग काय करायचं?''

''मला वाटतं, पावसापाण्यात बेघर होऊन तो बापडा निवाऱ्याला आला आहे....''

त्यावर घाईघाईने इशारा दिला गेला, ''हं, त्याला पाळायचा नाही. आहेत घरात भुतं, तेवढी पुरेत.''

हा आमचा संवाद चालू असताना मुलीने रेडिओ लावला. त्यावर उंदरांसंबंधीचे ते भाषण सुरू झाले. चांगले ऐकू येऊ लागले.

''ऐकलंत, काय सांगताहेत रेडिओवर ते?''

"हो, मला सगळं ठाऊक आहे ते. मीच रेकॉर्ड केलंय भाषण.''

अडचणीतून बाहेर पडण्यावाचून मला गत्यंतर नव्हते. हातात काठी घेऊन मी बाथरूमचे दार हळूच उघडले आणि पट्कन आत होऊन दार बंद केले.

आई, लेक आणि लहान मुलगा बाहेर श्रोते म्हणून उभे होते.

क्षणभर विलक्षण गंभीर शांतता. मग काठीचा जोरदार तडाखा आणि बाथरूममधला दिवा खळकन् फुटल्याचा आवाज. बाहेर एक किंकाळी, एक लहान हसणे, एक अगदी लहान हसणे.

पुन्हा पाण्याच्या बादलीवर काठीचा तडाखा. बाहेर दोन किंकाळ्या आणि मुलांचे खिदळणे. मग भराभरा दोन-तीन-चार काठीचे वेडेवाकडे तडाखे. विलक्षण शांतता.

मी दार उघडून बाहेर आलो. तीन उत्सुक चेहरे!

"मेला?''

"नाही, भिंतीऐवजी तो माझ्या अंगावर चढून खिडकीत गेला आणि बाहेर उडी टाकून पळाला.''

■

पान लागण्याचा प्रकार

पावसाळ्याचे दिवस. संध्याकाळी अप्पा न्हाव्याला काखेत घालून दोन लोक मारुतीच्या देवळाकडे नेताना बघून मला धक्काच बसला. मागे चार-सहा गावकरी गंभीर चेहऱ्याने चालत होते आणि अप्पाची म्हातारी – जना न्हावीण रडत मागून चालली होती.

मी विचारले, ''काय झालं?''

तर, एक गावकरी म्हणाला, ''हा गवताचा भारा घेऊन रानातनं घरी येताना वाटंत पान लागलं.''

आता 'पान लागलं' हा एक वाचातप पाळण्याचा प्रकार आहे. आपल्या बोलीभाषेत अशुभ शब्दप्रयोग नेहमी टाळतात. 'दिवा घालव' म्हणण्याऐवजी दिव्याला निरोप दे, बांगडी फुटलीऐवजी बांगडी वाढवली, मी जातो असे म्हणण्याऐवजी मी येतो – असे सांगून लोक निरोप घेतात. तसाच हा 'पान लागणं' असा शब्दप्रयोग आहे. कधी-कधी विड्याचे पान खाताच लागते. घाम सुटतो, चक्कर येते. साप चावला असे म्हणण्याऐवजी लोक म्हणतात, 'पान लागलं'.

अप्पा हा दिसायला चांगला गोरागोमटा, देखणा न्हावी होता. त्याची विनोदबुद्धी फार चांगली होती. रस्त्याने घाईघाईने जाणाऱ्याने कुणी अप्पाला विचारले, ''अप्पा, पांडा सुताराला बघितलास का कुठे? वाढुळ हुडकतोय मी, पन त्येचा पत्त्या न्हाई.''

तर गंभीर चेहऱ्याने अप्पा म्हणे, ''मी काय बघितला नाही, पण तिकडे खंडोबाच्या माळाकडे गिधाडं फिरताना दिसली.''

गळदांडीने नदीचे मासे मारण्याचा अप्पाला नाद होता. पिशवी आणि गळ घेऊन त्याला नदीकडून येताना पाहून मी एकवार विचारले, ''काही मासे मिळाले का अप्पा?''

तर हा म्हणाला, "नाही हो कुलकर्णी, आज नदीला एकादशी होती."

अशा अप्पाला पान लागले, म्हणजे गावातल्या विनोदालाच नख लागले. धावत-पळत मीही गावमारुतीच्या देवळात गेलो. संध्याकाळ टळून आता काळोख पडू लागला होता. घामाघूम झालेला अप्पा गाभाऱ्यात बसला होता. कंदील जळत होते. लोक भोवती होते. एकाने बचकभर लाल मिरच्या आणल्या. त्यांतली एक मोठी मिरची अप्पाच्या तोंडात घातली आणि 'चाव' म्हणाला.

घामाघूम झालेल्या अप्पाने मिरची चावून ती गिळली.

"कशी लागली रं अप्पा? तिकाट लागली का?"

मान हलवून अप्पा म्हणाला, "न्हाई लागली तिकाट."

"लागंल हां, जरा कळ काढ."

तोवर काही जवान पोरांनी देवळापाठीमागच्या कडुनिंबाचे डहाळे ओरबाडून दगडावर निंबाचा पाला वाटला होता आणि चांगला फुलपात्रभर कडुनिंबाचा रस काढला होता. तो घाईने आणून एक जण म्हणाला, "अप्पा, एवढं घटाघटा पी."

अप्पा बिचारा तोंड वाईट करून प्यायला. लोकांनी त्याला धरून बसविला होता आणि त्याची खाली जमिनीवर पडण्याची खटपट सारखी सुरू होती. तो कळवळून म्हणत होता, "अरं, मला धरणीवर पडू द्या."

"छ्या, छ्या! अप्पा, पडून कसं भागंल? झोपायचं नाहीच आता."

तोवर त्याला उलटी होऊ लागली. पुन्हा काखेत हात घालून त्याला बाहेर नेला. अप्पाला बेसुमार उलट्या झाल्या. सगळी आतडी गोळा झाली. आता पोट बाहेर पडते काय, असे झाले. तो थकून गेला. पुन्हा एकाने मिरची चावायला दिली.

"लागती का तिकाट?"

उलट्या झाल्यामुळे बेजार झालेला अप्पा मान हलवून म्हणाला, "न्हाई."

"ए पोरांनोऽ पळा – अजून पाला काढा, रस काढा."

पोरे पळाली. त्यांचा उत्साह अवर्णनीय होता.

"अप्पा, बसून भागणार न्हाई. चल, देवळाभोवती फेऱ्या घातल्या पाहिजेत अकरा. आम्ही काखेत धरतो. चालायचं नाही हां, पळायचं."

मग देवळाभोवती प्रदक्षिणा सुरू झाल्या. अप्पा पळत होता. अनेक माणसे मागून पळत होती. चार फेऱ्यांतच अप्पा भेंडाळला. अजून सात घातल्यावाचून सुटका नाही. तिकडे न्हाव्याच्या घरातील बायका लिंबाखाली घोळका करून बसल्या होत्या आणि रडत होत्या. गावातल्या बायका त्यांना दटावत होत्या.

"ए गपा दोडांनू, घरच्या बायांनी गळा काढला की, बापय मानसाचा धीर सुटतो."

पोथीला जमावे तसे उभे गाव मारुतीच्या देवळापुढे जमले होते. कोणी तरी

सूचना केली, “भजन होऊ दे, म्हंजे अप्पा आपोआप जागा ऱ्हाईल.”

मग गावातला भजनीताफा आला आणि मृदंगवाल्याजवळ अप्पाला बसवून दणक्याने अभंग सुरू झाले –

“धन्य ही पंढरी, धन्य भीमातीर.
ऐसा कृपावर देव कुठे....”

वीणा झंकारू लागल्या. टाळ वाजू लागले. पखवाज घुमू लागला. लोक घसा तोडून म्हणू लागले, “ऐसा कृपावर देव कुठे?”

अप्पा पेंगळून गेला होता. त्याला कोणी तरी कपाळ भरून बुक्का फासला. कपाळावरून ओघळून तो त्याच्या नाकावर आला. गावातली चावट पोरे खिदळत होती. आपसांत म्हणत होती, “अप्पा... बेनं मरायचं न्हाई. लई चिवाट जात. सरनावर बळं घातला, तरी माघारी येईल!”

आता परिस्थिती अशी आहे की, दर वर्षी या भारतवर्षात अनेक माणसं साप चावून मृत्युमुखी पडतात. या देशात सापांच्या दोनशे सोळा जाती आहेत. त्यांपैकी बावन्न जातींचे साप विषारी आहेत. या देशात प्रतिवर्षी दोन लाख लोकांना सर्पदंश होतो आणि त्यांपैकी अदमासे पंधरा हजार लोक मरतात. मुंबई राज्याच्या 'डायरेक्टर ऑफ पब्लिक हेल्थ'ने नोंद केली आहे की, एकोणीसशे चोपन्न ते अठ्ठावन्न या पाच वर्षांत मुंबई राज्यात अनुक्रमे एक हजार दोनशे सदतीस, एक हजार तीनशे सदतीस, एक हजार पाचशे एकोणपन्नास, एक हजार सातशे अठ्ठ्याऐंशी आणि एक हजार पाचशे एक्याऐंशी लोकांना सर्पदंश झाला....

अप्पा न्हावी हा एक हजार पाचशे एक्याऐंशींपैकी एक होता.

पहाट झाली. कोंबडा आरवला. किट्सन बत्तीचा प्रकाश फिका होऊ लागला. बरीच मंडळी देवळात, देवळाबाहेर झोपून गेली होती; ती जागी झाली. अप्पाच्या तोंडात अकरावी मिरची गेली. “लागती का अप्पा तिकाट?”

“लागती.”

“मग हाय बरं.”

हनुमंताच्या कृपेने अप्पा वाचला. पंधरा हजारांत तो गेला नाही. पोटात गेलेल्या मिरच्यांनी त्याला पुढे आठ दिवस हैराण केले; पण अप्पा वाचला. गावातला विनोद नाहीसा झाला नाही.

पुढे अनेक दिवसांनी हजामतीसाठी घरी आल्यावर त्याच्या हातात डोके देऊन

मी विचारले, "अप्पा, साप चावला कसा?"

त्यावर लहान पाटकणावर बूड टेकून बसलेला अप्पा, हातावर वस्तरा लावत म्हणाला, "खरं सांगायचं म्हंजे कुळकर्णी, काय चावलं, ते मला कळलंच नाही. गवताचा भारा डोक्यावर होता. वाट पांदीतली. पायाला काही तरी गिळगिळीत लागलं अन् अंगठ्याला चावल्यावानी झालं, तसा पाय झिंजाडून मी वरडत, बोंबलत घराकडे आलो."

"पण सापच होता, हे नक्की का?"

"काय होतं, ते देवाला डोळं."

"उंदीर?"

"कळलंच न्हाई. पन बघा, पार यमाच्या घराचा उंबरा शिवून माघारी आलो. आता म्हातारा होऊनच मरीन."

आता अप्पाला त्रेसष्टावे वर्षं चालू आहे.

■

पुण्यात पाहण्यासारखे

बाहवा मी कधी आणि कुठे पाहिला होता, हे आता नीट आठवत नाही. पण कधी काळी आपण घर बांधले, तर आपल्या अंगणात एक सुरेख बाहवा लावायचाच, असा माझा निश्चयच होता. हा निश्चय केला, तेव्हा बाहव्याला 'बाहवा' म्हणतात, हेसुद्धा मला माहीत नव्हते.

घर होऊन पहिला जून येऊ घातला, तेव्हा अंगणात लावण्यासाठी रोपे शोधण्याची धावाधाव सुरू केली.

नर्सरीवाले गृहस्थ कारवारी होते. त्यांना मी आवर्जून सांगितले, "पिवळ्या फुलांचे घोस येतात बघा; त्या झाडाचे रोप मला मिळवून द्या."

थोडे आठवल्यासारखे करून ते म्हणाले, "पिवळे, लांब तुरे येतात; ते ना? 'केशिया' म्हणतात त्येला. हां, ते देतो ना."

अंगणातील मोक्याच्या कोपऱ्यावर ते रोप लावले आणि मोठे होऊन पिवळ्यारंजन फुलांचे घोसांनी लहडले म्हणजे कसे सुंदर दिसेल, अशी स्वप्ने मी रंगवू लागलो.

बघता-बघता पाच वर्षं गेली. पिंढरीच्या आकाराचे असे तीन सणसणीत फाटे भुईतून आभाळाच्या दिशेने तरारत गेले. हिरवी पालवी फुटली आणि या पालवीच्या शेंड्याला सात-आठ इंच लांबीचे पिवळे तुरे उमलले. माझी फार निराशा झाली. मला हवे होते ते हे झाड नव्हे. असली झाडे मी रस्त्याच्या कडेने अनेक ठिकाणी पाहिली होती. सिलोन, अंदमानाकडून आयात झालेले COPPERPOD जातीचे हे झाड असावे. हा पुढे-मागे प्रचंड वृक्ष होणार. घरापासून केवळ दहा-बारा फूट अंतरावर हा वृक्ष लावायचा, म्हणजे हाताने सुरुंगच पेरायचा.

मन घट्ट करून एके दिवशी मी झाड मुळातून तोडून काढले.

मला माझ्या अंगणात बाहवा हवा होता, पण त्याचे रोप मला मिळाले नाही.

तुम्ही बाहवा पाहिला आहे का? कॅशिया फिस्टुला लिन किंवा भारतीय लाबुर्नम म्हणजे बाहवा. अतिशय रमणीय असा हा वृक्ष आहे.

उकाड्याने जीव हैराण होतो, त्या काळात हा फुललेला बाहवा पाहणाऱ्याचे मन आनंदित करतो. 'फिस्टुला' या याच्या जातीय नावाचा अर्थ म्हणजे 'बासरी'. याच्या फळाच्या आकारावरून हे नाव पडले आहे. मार्चनंतर याची पाने गळून जातात आणि सगळा वृक्ष जर्द पिवळ्या फुलांनी बहरून जातो. लोंबत्या मंजऱ्यांच्या लांब देठाकडेच्या कळ्या अगोदर उमलतात. पर्णहीन अवस्थेत शेंगेच्या काळ्या मुरल्या लोंबत असतात. ते दृश्यही सुरेख असते.

खरे किंवा खोटे असे अनेक औषधी गुण अंगी चिकटविल्यामुळे बाहव्याची फार छळवणूक होते. लोक त्याच्या खोडावरची सालं काढून नेतात. बाहव्याच्या अंगावर फोड उठतात.

खरंच, तुम्ही कधी फुललेला बाहवा मन:पूर्वक पाहिलेला आहे का? मे महिन्यात सकाळी-सकाळी उठून प्रभात रोडने पायी हिंडावे. एरवी लक्षात न येणारी किती तरी झाडे फुललेली दिसतात.

कुठे गर्द मखमली गुलमोहर फुललेला असतो. कुठे नाजूक शिरीषकुसुमाला वेडा बहर आलेला असतो. कुठे फिक्कट गुलाबी रंगाच्या मोहराने बर्मी केशियाची डहाळीन् डहाळी लहडलेली असते. पांढऱ्या, जांभळ्या, लाल, गुलाबी रंगाच्या बोगनवेलींचे फराटे जागोजाग दिसतात.

या गर्दीतच कोणा भाग्यवंताच्या अंगणात फुललेला एक सडसडीत, उंच बाहवा दिसतो. मे महिन्याच्या मध्यावर त्याला असा काही बहर आलेला असतो की, बघून थक्क व्हावे. पिवळ्यारंजन फुलांचे शेकडो घोस याच्या अंगावर लखलखत असतात. नुसता पिवळा म्हटल्याने हा रंग नेमका लक्षात येणार नाही. अगदी नव्या कोऱ्या सुवर्णाचे हे पिवळेपण असते आणि भरजरी वाटावे, असे हे झाड नखशिखांत फुलून गेलेले असते. फिक्कट हिरव्या, पोपटी रंगाची पाने कुठे-कुठे दिसतात; पण ती आपली नावालाच. सडसडीत खोड, त्याला एकसारख्या फुटलेल्या फांद्या – असे हे दिसायला देखणे आणि जिथल्या तिथे असे झाड आहे.

बाहव्याची झाडे आणखी कुठे-कुठे दिसतात; नाही, असे नाही. एरंडवणा पार्ककडे जाताना एक दिसते. पी.वाय.सी. ग्राउंडच्या बाहेर फूटपाथवर एक दिसते. प्रभात स्टुडिओच्या समोर एक आहे. एम.ई.एस. कॉलेजच्या आवारात एक-दोन

आहेत. पण प्रभात रोडवरचा हा जो बाहवा आहे, त्याच्याइतका देखणा, जोमदार आणि आनंदी बाहवा मी अद्यापि पाहिलेला नाही. इतक्या मनापासून तो फुलतो आणि एवढ्या दिमाखाने उभा असतो की, आपण दिपून जातो आणि कधी-कधी त्याच्या त्या श्रीमंतीपुढे ओशाळूनसुद्धा जातो. वाटते, कसले आपण!

अशा किती तरी देखणी, सुंदर झाडे माझ्या माहितीची आहेत. एम.ई.एस. कॉलेजच्या आवारात अगदी कोपऱ्यावरच मोठमोठ्या पानांचे एक असेच सुरेख झाड आहे. एरंडवणा पार्कच्या कडेकडेने काही फुलणारी झाडे आहेत. ती बहुधा जावा, ब्रह्मदेशकडील 'केशिया' असावीत आणि हनुमान टेकडीच्या पायथ्याशी, लॉ कॉलेजच्यामागे अगदी बाजूला असे एक एकाकी झाड आहे. उन्हाळ्यात गुलाबी रंगाच्या मोहराने त्याची डहाळीन् डहाळी फुलून येते. एका ओहळाच्या कडेला हे झाड आहे. त्याच्या पायांशी झुळझुळ वाहणारे पाणी नाही; पण मऊ रेती आहे. किती प्रेमी युगुलांनी आपली नावे आजवर त्या रेतीवर काढली असतील आणि पुसली असतील!

हनुमान टेकडीच्या उतारावरसुद्धा काही सुरेख आकाराची जंगली झाडे मला भेटली आहेत.

पुण्यात पाहण्यासारखी स्थळे अनेक आहेत. बाहेरून आलेली मंडळी कॉर्पोरेशनच्या आरामगाडीत बसून त्या-त्या स्थळांना भेटी देतात. पेशवे पार्क, सारसबाग, शनिवारवाडा, शिंद्यांची छत्री, बंडगार्डन. मला वाटते की, मे महिन्यात कॉर्पोरेशनची आरामगाडी प्रभात रोडवरही काही क्षण उभी राहावी आणि हा देखणा बाहवा प्रवाशांनी डोळे भरून पाहावा.

संध्याकाळी आकाशात दिसणाऱ्या रंगांप्रमाणे रस्त्याकाठी फुललेल्या या झाडांचे सौंदर्यही अल्पकाळ टिकणारे असते. मे महिना संपतो, जून सुरू होतो. शाळा-कॉलेजे भरू लागतात. आभाळात ढग दिसू लागतात आणि हे रंगीबेरंगी वैभव हलके-हलके मावळू लागते. इतर झाडांच्या गर्दीत ही झाडे मिसळून जातात. त्यांचे वेगळेपण नाहीसे होते. स्टेजवरचा धैर्यधर लॉजमध्ये दिसतो, तशी मग ही झाडे सर्वसामान्य दिसू लागतात.

आरामगाडी बाहव्याजवळ उभी राहावी, असे मी म्हणतो आहे खरा; पण तसे घडणार नाही. कारण याच प्रभात रस्त्यावरची किती तरी झाडे टेलिफोनच्या, विजेच्या तारांना वेढतात, म्हणून हवी तशी खच्ची केलेली आहेत. खाकी कपड्यांतील कर्मचाऱ्यांनी त्यांचे केलेले शिरकाण पाहून मन कसे उदास होते. हातोडीने घाव

घालून उद्ध्वस्त केलेले एखादे लेणे पाहून व्हावे ना, तसे. कुणाचे डोके, कुणाचे हात, कुणाची बोटे, कुणाचे नाक छाटले गेले आहे. या हव्या तशा काटछाटीमुळे, मूळचे आकार जाऊन ही झाडे बुटकी, कुबडी, भुंडी, कुरूप झालेली आहेत.

पुण्यात पाहण्यासारखे काय आहे याचा शोध घेणारे प्रवासी, एखाद-दुसऱ्या बाहव्याचे सौंदर्य पाहण्याच्या बदली एवढी मुलुखभर कुरूपता कशाला पाहतील? आणि कॉर्पोरेशन ती उत्साहाने का दाखवील?

छे, आरामगाडी या बाजूला वळणार नाही. मे महिन्यात रस्त्याच्या कडेने फुलणारा शिरीषकुसुम, रक्तकांचन, गुलमोहर, शाल्मली, जकरांडा, बोगनवेल, घंटापात्र आणि मी म्हणतो तो बाहवा पाहायचा असेल; तर इच्छुकांनी पायीच भटकले पाहिजे.

■

लॉटरी

माझा सिंधी मित्र चैनानी निश्चयपूर्वक म्हणाला, ''नाय बाबा, हे लॉटरीचं तिकीट मी कधीबी नाय घेणार!''

''का बरं?''

''अरे, हे गव्हर्नमेंट चार कोटी तिकिटं छापतात आन् पाच लोकांना बक्षिसं देनार. पाच व्हेकन्सिजसाठी चार कोटी उमेदवारांनी अर्ज केल्यावर आपण त्या क्यूमधी उभा राहील का?''

वरवर पाहता, त्याचे गणित बरोबर होते. पाच जागांसाठी चार कोटी उमेदवार अर्ज करणार असतील, तर आपण उमेदवारांच्या रांगेत उभे राहण्यात हशील नाही, असाच विचार कोणीही शहाणा माणूस करील.

मी वेगळा विचार करतो. कोणी आपल्याला शहाणा नाही म्हटले, तरी चालेल. ऐंशी पैशाला एक तिकीट मिळते आणि या एवढ्या किमतीत महिनाभर तुम्हाला केवढी निर्भेळ करमणूक मिळते. अडीचशे पैसे खर्च करून आपण 'Mad Mad Mad World' सिनेमा बघतो आणि तीन तास उत्तम करमणूक झाली, असे म्हणून खूश होतो. मग ऐंशी पैशांत सुमारे तीन दिवस करमणूक करणारे लॉटरीचे तिकीट का काढू नये?

तिकीट घेतल्यापासून मला वाटू लागते – कुणी सांगावे, मिळूनही जातील आपल्याला अडीच लाख रुपये! मुंबईच्या पाटीवाल्या हमालाला नाही मिळाले एक लाख? एकवार पैसे मिळाल्यावर त्यांचे काय करायचे, असा विचार पुढे पडू नये, म्हणून मी उत्तम योजना तयार ठेवलेल्या आहेत.

पहिली गोष्ट म्हणजे, आफ्रिकेची सफर. (रिझर्व्ह बँक चलन देणार नाहीच; पण

योजना करायला काय हरकत आहे ?).

आफ्रिकेला मी सेरेनगटी हा नॅशनल पार्क पाहीन. सेरेनगटीच्या विशाल कुरणातून हिंडताना मी हजारो हरणे, झेब्रे, इग्नू यांचे कळप; सिंह, गेंडे डोळे भरून पाहीन. ज्या जंगलात परवानगी असेल, तिथे कोणी तरी 'व्हाइट हंटर' किंवा 'ब्लॅक हंटर' वाटाड्या म्हणून घेईन मी. सिंह, एक चित्ता, एक इंपाला, एक सुसर यांची शिकार करेन. (आपल्याकडे शिकार परवान्यावर सगळे एकेक मारायची परवानगी असते.

आफ्रिकेतही हाच कायदा जारी असावा.) मारलेल्या गेंड्यावर उजवा पाय ठेवून मी फोटो काढेन. 'लँडरोव्हर'मधून जनावरांचा पाठलाग करेन. चिक्कार हिंडेन. माझ्या हॅटच्या शाळुंखेभोवती मी चित्त्याच्या शेपटीचे कातडे लावेन. शहामृगामागे पळेन आणि मसाई किंवा किकियू जमातीतील लोकांबरोबर वॉरडान्स करेन.

मी मग फ्रान्सला जाईन. तिथल्या सर्व प्रसिद्ध म्युझियम्सना भेटी देईन. व्हँगो, तुलुसलोत्रेक, गोगँ, सेझान यांची चित्रे मी उपाशी पोटाने पाहीन. (रिकाम्या पोटाने चित्रे पाहिल्यावर आत्मा संतुष्ट होतो!) 'मूलाँ रूज'मध्ये जाऊन मी फिशबरोबर व्हाइट वाइन घेईन.

मी फ्रान्समध्ये नवी नाटके आणि जुने तमाशे पाहीन. बस... यापलीकडे परदेशगमन करण्याची माझी इच्छा नाही.

आता मी भारतीय आणि लेखक असूनसुद्धा हा सर्व भारतवर्ष पाहिलेला नाही, याचा कधी-कधी मला फार विषाद वाटतो. म्हणून मी एक मोठी मोटारगाडी बांधून घेणार आहे. या गाडीत सर्व सोई असतील. म्हणजे स्वयंपाकघर, शेजघर, अभ्यासिका वगैरे. ही गाडी आणि एक इमानी कुत्रा घेऊन मी सर्व भारतवर्ष पाहीन. संध्याकाळी कोणत्याही खेड्याबाहेरच्या मैदानात भटक्या जमाती आपली पाले टाकतात; तसे हे माझे चाकावरचे पाल मी टाकीन. लोक जमवून त्यांना शेकोटीभोवती बसवून गोष्टी सांगीन आणि सांगायला लावीन. जिथे भाषा मुळीच समजणार नाही, तिथे मी असे काही करीन की, जमणारे लोक पोट धरून हसतील. या उद्योगात किमान पाच वर्षे काढून मी माझे पाल मुंबई मराठी ग्रंथसंग्रहालयाला भेट देईन.

या मोठ्या योजना पार पाडूनही माझ्यापाशी पैसे उरले, तर काही लहानसहान गरजा भागविण्याचा माझा मानस आहे. मला एक मराठी टाइपरायटर घ्यायचा आहे. लिहून-लिहून माझी बोटे दुखतात. एकदा लिहिलेले पुन:पुन्हा फेअर करण्याचा त्रास चुकविण्यासाठी पाश्चात्त्य लेखकांप्रमाणे थेट टाइपरायटरवरच लिहिण्याचा सराव मी करणार आहे... आणि मला बरीच पुस्तके घ्यावयाची आहेत. किमान मराठी भाषेतील तरी सर्व उत्तमोत्तम पुस्तके माझ्या संग्रही असावीत. त्याशिवाय काही मराठी, हिंदी आणि इंग्रजी नियतकालिकांची वर्गणी भरण्याचीही माझी महत्त्वाकांक्षा आहे.

साधारणत: श्रीमंती आली की, भली माणसे संस्थांना देणगी देतात (मला वाटते, त्यांच्याकडून संस्थाच ती घेतात!); पण माझा तसा काही इरादा नाही. कारण देणगी देण्याजोगी गरजू आणि लायक अशी एकच समाजोपयोगी संस्था माझ्या चांगल्या माहितीची आहे. ही संस्था म्हणजे, मी स्वत:च होय.

तब्बल महिनाभर डोक्यात चाललेला हा सिनेमा मी बघत असतो आणि माझी

उत्तम करमणूक होते. महिन्या-महिन्याला या योजनांत तपशील भरले जातात. काही नव्या योजना आखल्या जातात, काही जुन्या रद्दबातल होतात; पण त्यामुळे फारसे बिघडत नाही.

लॉटरी सोडत झाली आणि नंबर लागला नाही, तरी माझी गंभीर निराशा होत नाही; कारण नव्याण्णव टक्के मी तसे धरूनच चालतो. प्रतिकूल तेच घडेल, अशी मनाची ठेवण ठेवल्यामुळे निराशेची धार मोंड होते. आपले ऐंशी पैसे फुकट गेले, असे मला वाटत नाही; उलट ते सत्कारणी लागले, असे समजून मी दुसरे तिकीट काढतो. माझ्या माहितीचे एक वृद्ध गृहस्थ आहेत. गेली तीस वर्षे ते आपल्या मिळकतीतील रुपयापाठीमागे एक पै अनाथ विद्यार्थी गृहाला देत आहेत. मी महाराष्ट्र लॉटरीची सुरुवात झाल्यापासून माझ्या मासिक मिळकतीतील एक नवा पैसा महाराष्ट्राच्या नवनिर्माणार्थ देत आलो आहे. या विचारामुळे नंबर लागला नाहीतरी माझे चित्त बिलकूल अस्वस्थ न होता; मी ते जुने तिकीट माझ्या लहान मुलाला खेळण्यासाठी देतो.

सरकारने जुगाराला दिलेली ही प्रतिष्ठा काही लोकांना निषेधार्ह वाटते. त्यांना मी विचारतो की – का हो, नाही तरी माणसाचे आयुष्य हाही एक मोठा जुगारच नाही का? त्या लॉटरीची सोडत तर वर्षानुवर्षे होत नाही; सोडतीची तारीखसुद्धा माहीत नसलेला हा 'जीवनजुगार' तुम्ही खेळताच ना? आणि पन्नास कोटींपैकी किती जणांना लॉटरी लागते? प्रत्येक नागरिकाला अन्न, वस्त्र, निवारा, शिक्षण आणि विकासाला संधी हे सर्व मिळवून देण्याची प्रतिज्ञा कधी पुरी होईल, ती होवो! पण तूर्त प्रत्येकाला ऐंशी पैशांना महिनाभर निर्भेळ (हल्ली निर्भेळ काही मिळते का?) करमणूक तरी महाराष्ट्र शासनाने दिली आहे ना? अहो, ऐंशी पैशांत महिनाभर टिकणारी काय वस्तू मिळते? या गरीब महाराष्ट्रातले पाच लोक दर महिन्याला लक्षाधीश होतात; ही सामाजिक क्रांती, हिरव्या क्रांतीखालोखाल महत्त्वाची नाही का?

अलीकडेच माझ्या कानावर आले आहे की, महिन्याऐवजी दर पंधरा दिवसांनी लॉटरी फुटणार आहे. माझा आवाज सरकारपर्यंत जाण्याएवढा उंच नाही; तरी पण त्यांना ऐंशी पैशांत महिनाभर मिळणाऱ्या या करमणुकीत कपात करून ती पंधरा दिवसांवर आणू नये, अशी माझी नम्र विनंती आहे.

■

विनोदबुद्धी

गच्चीवर पार्टी होती. रात्रीचे दहा वाजले होते. गप्पागोष्टींना ऊत आला होता. आवाज सुटले होते. वरचेवर हशा होत होता. किस्से ऐकविले जात होते. कुणी तरी इलेक्ट्रिक फिशची गोष्ट सांगितली.

एका गृहस्थाला वेगवेगळ्या जातींचे, रंगांचे मासे पाळण्याचा नाद होता. आज काय – ब्ल्यू एंजल्स आणले, उद्या काय – सयामी फायटर्स आणले; असे त्यांचे चाले. कुणी तरी त्यांना सांगितले, ''तुम्ही इलेक्ट्रिक मासा मिळवा. फार दुर्मिळ असतो. दिवसा काही नाही; पण रात्री तुमच्या काचेच्या पेटीत एक जरी मासा असला, तरी त्याच्या अंगाचा सुरेख निळा प्रकाश पडतो.''

हे ऐकून ते नादी गृहस्थ अगदी वेडे झाले. नाना ठिकाणी त्यांनी चौकशी सुरू केली. इलेक्ट्रिक फिश कुठे मिळतो का? बराच तपास झाल्यावर त्यांना तसला मासा मिळाला. चांगला तळहाताएवढा, सुंदर, गुलाबी रंगाचा. त्याचे डोळे अगदी माणसाचे असावेत इतके भावपूर्ण होते आणि खरोखरीच रात्री दिवे मालवून पाहिले की, त्याच्या अंगाचा प्रकाश पडलेला दिसे. सहज चुकून या माशाला बोट लागलं की, लहानसा शॉकदेखील बसे.

हा अत्यंत दुर्मिळ मासा त्या गृहस्थांनी एखादं रत्न जपावं तसा जपला. पण महिना-दोन महिने झाले आणि त्यांच्या लक्षात आलं की, हा मासा काही सुखी दिसत नाही. त्याचे भावपूर्ण डोळे उदास दिसताहेत. काही तरी दु:ख याच्या मनाला आहे.

शेवटी एकांतात असताना त्यांनी हळूच त्या माशाला विचारलं, ''गड्या, तुला कसलं तरी दु:ख आहे, असं मला वाटतं. माझ्या घरात तू सुखी, आनंदी असावास,

अशी माझी मनापासून इच्छा आहे. तेव्हा तू मला खरं काय आहे, ते सांग.''

मासा काही वेळ स्तब्ध राहिला आणि मग मानवी आवाजात बोलला, ''मला फार एकटं-एकटं वाटतं. आता माझं वय असं आहे की, तुम्ही मला जोडीदारीण आणून द्यायला हवी.''

....आणि आशेने तो मालकांकडे बघू लागला. मालक म्हणाले, ''हात् त्येच्या, एवढंच ना? उद्यापासून मोहीम सुरू. आणून देतो जोडीदारीण तुला. Be happy.''

पुन्हा हिंडून-फिरून, चौकशी करून, मागितली तेवढी किंमत देऊन या गृहस्थांनी इलेक्ट्रिक माशाची एक मादी पैदा केली. छान, भावपूर्ण डोळ्यांची, नाजूक गुलाबी बांध्याची. आणि हा मासा ज्या काचेच्या पेटीत ठेवला होता, तिच्यात मोठ्या आनंदाने त्यांनी ती सोडली. ते माशाकडे बघत राहिले.

एकाकी माशाचे डोळे चमकले. जोडीदारीण त्याला एकदम पसंत पडलेली दिसली. मालक म्हणाले, ''चला, सुटलो. He will be happy for ever now!''

आठ-पंधरा दिवस गेले आणि बघतात तर, हा मासा पुन्हा दुःखी. काचेच्या पेटीत अगदी त्या कोपऱ्यात जाऊन एकटा बसलेला. जोडीदारीण मात्र लुटूलुटू शेपूट हलवीत खाली-वर सुळकांड्या घेत होती.

त्या गृहस्थांनी माशाला विचारले, ''काय रे बाबा, आता काय झालं आणि?''

तर, डोळ्यांत अश्रू आणून मासा म्हणाला, ''मालक, तुम्ही एवढी खटपट करून हिला आणलीत खरी, पण....''

''काय झालं?''

''अहो, ती डी.सी. निघाली!''

यावर हशाचा कल्लोळ झाला. लोक हसून-हसून ठसकू लागले.

माझ्यासमोर एक पन्नाशीतले गृहस्थ बसले होते. ते गंभीरपणे सिगारेट ओढीत होते. त्यांच्या चेहऱ्यावरची मात्र सुरकुतीही मोडली नाही.

मी पुढे वाकून त्यांना विचारले, ''का हो, हसला नाहीत तुम्ही?''

तर, ते गंभीरपणे म्हणाले, ''मला यातला विनोद कळला नाही.''

मी म्हणालो, ''सोडा. मी सांगतो एक गोष्ट आता....''

''सांगा, सांगा तातेराव...'' असा गिल्ला झाला.

मी किस्सा सांगू लागलो....

एक डॉक्टर होते. पेशंट्सची फार गर्दी असायची नेहमी त्यांच्याकडे. एकदा एक पेशंट आला. त्याच्या पायाला बँडेज होतं. आत येऊन तो गंभीर चेहऱ्यानं खुर्चीवर बसला. काही वेळानं त्याची पाळी आली.

आपल्या फिरत्या खुर्चीवर डॉक्टर गर्रकन फिरले आणि या गृहस्थांच्या पुढे वाकून त्यांनी विचारलं, ''हं, काय होतंय आपल्याला?''

''माझं डोकं विलक्षण दुखतंय डॉक्टर.''

''मग हे पायाला बँडेज कसलं?''

तर, पेशंट म्हणाला, ''ते खाली घसरलं!''

पुन्हा हशा झाला, तरी हे गृहस्थ गंभीरच. मग त्यांनी मला जवळ बोलावून घेतलं. मी शेजारच्या खुर्चीवर जाऊन बसताच ते म्हणाले, ''माफ करा, मला कळलं नाही – काय झालं होतं त्या पेशंटला?''

"डोकं दुखत होतं."

"मग त्याच्या पायाला बँडेज कसं?"

"ते खाली घसरलं होतं."

"अस्सं!"

एवढं म्हणून त्यांनी सुटकेचा नि:श्वास सोडला आणि पुन्हा ते आपल्या विचारात गढून गेले. पाच-दहा मिनिटे गेली. मग पुन्हा माझ्याकडे वळून म्हणाले, "मला कळलं नाही. म्हणजे, यात काय विनोद आहे, ते कळलं नाही. आपण लॉजिकली विचार करू या – या गोष्टीचा. तो पेशंट म्हणाला की, माझं डोकं दुखतंय. होय ना?"

"हो."

"मग त्यानं पायाला बँडेज का केलं होतं?"

"ते घसरलं होतं खाली."

"अजब आहे!" एवढं म्हणून ते गृहस्थ खुर्चीवरून उठले. पाठमोरे होऊन ते गच्चीच्या त्या टोकाशी गेले आणि सिगारेट ओढत चांदण्यांकडे बघत राहिले. बहुधा ते मी सांगितलेल्या गोष्टीवर शांत मनाने विचार करीत असावेत.

इकडे आमचे खाणे-पिणे सुरू होते. काही वेळाने ते गृहस्थ पुन्हा माझ्याशेजारी बसले आणि अगदी गंभीर आवाजात म्हणाले, "छे, मला यातला मुद्दाच कळत नाही. डोकं दुखायला लागलं, म्हणून कुणी पायाला बँडेज का करील?"

"पण त्यानं पायाला बँडेज केलंच नव्हतं; डोकं बांधलं होतं गच्च!"

"मग ते पायाला का दिसलं?"

"घसरलं खाली!"

पुन्हा ते उठून उभे राहिले. कसला तरी त्वरित निर्णय करून म्हणाले, "आपण पलीकडच्या हॉलमध्ये जाऊ या. मला यासंबंधी बोलायचं आहे तुमच्याशी."

आम्ही पलीकडच्या मोकळ्या हॉलमध्ये गेलो.

"आता मला खरं सांगा, या गोष्टीत काही विनोद आहे का? तुम्ही माझा मामा करताय."

"मला वाटतं, यात विनोद आहे."

"कुठं आहे नेमका?"

"ते नाही सांगता येणार; पण ही गोष्ट विनोदी आहे, बस्स."

"तुम्ही मधले काही तपशील गाळले तर नाहीत ना सांगताना?"

"कसले तपशील?"

"हेच, पेशंटने डॉक्टरांना सांगितलं असेल की, मला एकच पाय आहे."

"कशाला सांगील तो?"

“डोक्याचं बँडेज खाली घसरलं, ही गोष्ट आपण सत्य मानली; तर ते सबंध शरीरावरून घसरून दोन्ही पायांना नसतं का आलं? कदाचित एकच पाय असेल पेशंटला.”

“छे-छे, तसं काही नव्हतं; तो धडधाकट होता.”

“मग एका पायाला बँडेज कसं?”

“ते घसरलं खाली!”

गृहस्थांनी कपाळावरचा घाम पुसला आणि म्हणाले, “त्या पेशंटला नक्की काय होत होतं, हे माझ्या अजून ध्यानात येत नाही.”

मी हात पुढे करून म्हणालो, “अच्छा, गुड नाइट!”

दुसऱ्या दिवशी एक वाजता त्या गृहस्थांचा फोन! मी आवाज ओळखला. “अहो, काल रात्रभर मला झोप आली नाही. तुमच्या गोष्टीतला तो बँडेजचा पाय डोक्यातून जातच नाही. त्यात कुठे तरी विनोद आहे.”

“हो, आहेच! मग?”

“असलाच पाहिजे. मी काही मूर्ख नाही. चांगला सुशिक्षित माणूस आहे. रात्री मी माझ्या बायकोला तुमची गोष्ट सांगितली, तर ती खूप हसली. मला कळेनासं झालंय, काय करावं?”

“निवांत झोपा आता!” एवढे सांगून मी फोन बंद केला.

दुसऱ्या दिवशी संध्याकाळी त्यांचा पुन्हा फोन – “मी माझ्या मित्राबरोबर चर्चा केली. ते चांगले स्पेशालिस्ट आहेत. त्यांचं म्हणणं पडलं की, बँडेज असं घसरणार नाही.”

“बरं, नाही घसरणार. पुढे? मी काय करू त्याला?”

“मला छडा लावायचा आहे या गोष्टीचा. मी फर्स्ट क्लास ऑफिसर आहे. अनेक मोठमोठ्या लोकांबरोबर बोलावं लागतं मला. जोक्स सांगावे लागतात.”

मी फोन बंद केला. मनात म्हटलं, ‘खड्ड्यात जा, तुम्ही आणि तुमची विनोदबुद्धी!’

मग मी ‘विनोदाचे इंद्रिय नसलेला मनुष्य’ असे एक व्यक्तिचित्र लिहिले. विनोदाचा पंचनामा करणारा, हिशेबाप्रमाणे त्याचे उत्तर काढू पाहणारा माणूस मी रेखाटला आणि हे लिखाण घेऊन एका विनोदी मासिकाच्या संपादकाकडे गेलो. गोष्ट वाचून ते खूप हसले, “काय हो, खरंच अशी माणसं आढळतात का, विनोदाचं इंद्रिय अजिबात नसलेली?”

“हो, मी प्रत्यक्ष पाहिलाय ना हा!”

"असतील बुवा."

मग दोन मिनिटे ते स्तब्ध झाले. नंतर टेबलावर रेलून अगदी खासगी आवाजात त्यांनी मला विचारले, "मला सांगायला काही हरकत नाही तुम्ही! खरंच, काय झालं होतं; त्या पेशंटला?"

मी हताशपणे म्हणालो, "त्याचं डोकं दुखत होतं."

एवढे बोलून मी उठलो. लिहिलेले कागद घेऊन घरी परत आलो. आपली ही गोष्ट विनोदी मासिकात कधीच छापून येणार नाही, याबद्दल आता माझी खात्री झाली होती.

■

तात्पर्य-कथा

उंच उडी

"बेडकांनी बगळ्याला राजा केले', ही तात्पर्य-कथा कीटकांनी कधी वाचलेली नव्हती. त्यांनी लोकशाही पद्धतीने निवडणूक घेतली आणि बेडकाला नेता म्हणून निवडले. सर्व कीटकांचे जंगी शिबिर भरवून बेडकाने सवाल केला, "बंधूंनो, मी उडी मारतो. पण तुमच्यातील कलागुणांना वाव देण्याची माझी इच्छा आहे. बघू, सर्वांत उंच उडी कोण मारतो?"

सर्व कीटकांनी उड्या मारून दाखविल्या. टोळाची उडी सर्वांत उंच गेली. टोळाचा प्रचंड सन्मान झाला आणि दुसऱ्या दिवशी टोळ या जगातून नाहीसा झाला!

(बेडकाने त्याचा घास घेतला होता.)

तात्पर्य : वरिष्ठापेक्षा उंच उडी कधी मारू नये!

जेनुं काम

कामाचा पसारा खूप वाढला, तेव्हा गिधाडाने कावळ्याला आपला सेक्रेटरी म्हणून नेमले. कावळा फार महत्त्वाकांक्षी होता. तो गिधाडाला गुंडाळून ठेवू लागला. आपला सेक्रेटरी फार डोईजड झाला, तेव्हा त्याचा काटा कसा काढावा याचा विचार गिधाड करू लागले. पण विचार करण्याची सवय गिधाडाला नव्हती. (हे काम कावळाच करीत असे.) विचार करून गिधाड भ्रमिष्ट झाले आणि शेवटी मरून गेले.

तात्पर्य : ज्याचे काम त्याने करावे!

खोडील स्त्री

कोल्ह्याने एकवार सिंहाला विचारले, "आपण स्वत: दिवसभर पेंगत असता, आपल्यासाठी शिकार करण्याचे काम नेहमी राण्या करीत असतात. यामागचे रहस्य आम्हाला कळेल का?"

सिंह म्हणाला, "सशिणीची गोष्ट तुम्हाला माहिती आहे का?"

"नाही महाराज."

सिंह गोष्ट सांगू लागला –

"कोणे एके काळी एका तरुण सशिणीला सशाने मागणी घातली, तेव्हा विचार करून ती म्हणाली, 'अनुभवामुळे शहाणपण येते. मी आधी लांडग्याशी लग्न करून अनुभव घेईन आणि मग सशाशी लग्न करीन.' त्याप्रमाणे तिने लांडग्याशी आधी लग्न केले. याचा परिणाम असा झाला की, लांडगा जन्मभर विधुर राहिला आणि ससा कायमचा ब्रह्मचारी. एक स्त्री केवढा अनर्थ करू शकते!"

"तात्पर्य सांगा महाराज...."

"स्त्रीजात फार खोडील असते."

शर्यत

एकदा सशाने लांडग्याबरोबर पळण्याची शर्यत लावली. साहजिकच ससा लांडग्याच्या पुढे गेला. त्याने शर्यत जिंकली. मग लांडग्याने सशाला आपल्या घरी फराळाला बोलावले. ससाही गेला. फराळाला बसला.

फराळ, गप्पा होण्याअगोदरच लांडग्याने सशाला विचारले, "तू आलास खरा; पण आता मी तुला फराळ देण्याऐवजी तुझाच फराळ करणार नाही, याबद्दल खात्री आहे का तुझी?"

ससा चाचरत म्हणाला, "खात्री म्हणाल तर नाही; पण...."

"बरोबर बोललास!"

एवढे बोलून लांडग्याने सशाला मुरगाळले. त्याचा एकच घास केला.

तात्पर्य : कुणालाही मागे टाकून पुढे जाण्याअगोदर आपल्या भवितव्याचा विचार करावा.

जीवनकलह

सर्व सशांनी एकवार बैठक घेतली आणि एकमताने ठराव संमत केला की, 'लांडगा' ही जागाच रद्द करून टाकावी.

ठराव अमलात आला. लांडगा ही जागा नाहीशी झाली. पण लांडग्याला बेकार

राहू देणे, ही गोष्ट शासनाला शोभादायक नव्हती. तेव्हा पुन्हा एक ठराव झाला की, लांडग्याला कोल्हा करावे. सशांची ही बैठक शेवटची ठरली.

तात्पर्य : निसर्गनियमच असा आहे की, कोणतीही वस्तू संपूर्णत: नाहीशी होत नाही. (फक्त ससे या नियमाला अपवाद आहेत.)

योगायोग

पुष्कळदा असे दिसते की, खऱ्याखुऱ्या प्रेमाची सुरुवात योगायोगाने झालेल्या भेटीतून होते. मेंढराची आणि लांडग्याची ओढ्याकाठी झालेली भेट अशीच योगायोगाने झालेली होती.

तात्पर्य : अशा भेटी टाळाव्यात.

कायदा

माणसांसाठी राबणाऱ्या जनावरांपैकी एका जोडप्याने (नावे मुद्दाम जाहीर करण्यात आलेली नाहीत.) घटस्फोटासाठी अर्ज केला.

तारीख पडली. हे दोघेही हजर राहिले.

कोर्टाने विचारले, "घटस्फोटामागे तुम्ही सबळ कारणे दाखवू शकता का?"

"होय महाराज, आमच्यात सारखी लाथाळी होते."

"याला साक्षीदार आहेत का?"

"साक्षीदार नाहीत, कारण हे आमचे घरगुती मतभेद आहेत."

"मग कोर्टाला हे कारण सबळ वाटत नाही." असे म्हणून कोर्टाने दोघांनाही जायला सांगितले.

कोर्टाबाहेर आल्यावर अर्जदार म्हणाले, "आता साक्षीदार बघून लाथाळी केली पाहिजे. कायदाही आपल्याच जातीचा आहे."

तात्पर्य : कायदा गाढव आहे.

एकेकाचा अनुभव

नुकताच विधुर झालेला ससा लांडग्याशी घरगुती बोलत होता. शेवटी तो वैतागून म्हणाला, "तुम्ही काहीही म्हणा, आमची बायको ही महाखाष्ट बाई होती."

लांडगा नकारार्थी मान हलावून म्हणाला, "मी मान्य करणार नाही. ती अगदी मऊ, गोड बाई होती."

तात्पर्य : प्रत्येकाचा अनुभव वेगवेगळा असतो.

■

या कथांचा तोंडवळा परकीय भासला, तरी वाचकांनी बिथरून जाण्याचे कारण नाही. कारण तज्ज्ञांच्या मते लोककथा देशांतरे करतात. (त्यांची भाषांतरे पण होतात.)

रस्ता : एक चिंतन

मध्यमवर्गातील माणूस अनेक भये उरापोटाशी बाळगून वावरत असतो. सतत कसला ना कसला तरी धसका त्याच्या मनाने घेतलेला असतो. काही कौटुंबिक भये असतात, काही सामाजिक भये असतात. या भयांत आणखी एक भर म्हणजे, पुण्यातील रस्ते.

अमुक एका रस्त्याने गेल्यावर आपण अमुक ठिकाणी पोहोचू, अशी शाश्वतीच नसते. 'प्रवेश बंद'च्या पाट्या इतक्या वेळा आपल्याला वेडीवाकडी वळणे घ्यायला लावतात की, माणसाची स्थिती देवाच्या आळंदीला निघालो; पण चोराच्या आळंदीला पोहोचलो, अशी होऊन जाते. या 'प्रवेश बंद' आणि 'सम-विषम दिनी वाहने उभी करू नयेत' या प्रकाराचा मी तर एवढा धसका घेतला आहे की, पायी चालताना किंवा रस्त्याकडेला क्षणभर उभे राहतानासुद्धा कोणी पोलीस हटकेल की काय, म्हणून मनात धास्ती असते. भरीला भर म्हणजे, खोदलेले रस्ते! तुम्ही केव्हाही बघा – कोणता तरी एक रस्ता मन:पूर्वक खोदणारे कामगार तुम्हाला दिसतील. त्यांचे हे रस्ते उकरण्याचे काम कुठे तरी अत्यंत मनोभावे चालू असते. 'काम चालू – रस्ता बंद,' अशी पाटी कुठे ना कुठे सतत लावलेली असते. खोदण्याजोगे इतके वाईट रस्ते पुण्यात असताना चांगले, गुळगुळीत पाठीचे रस्ते हे लोक श्रमपूर्वक का बरे खोदत असतील? बरे, एवढी मेहनत घेऊन, घाम गाळून ते हे काम करतात; त्या अर्थी त्यामागे काही तरी निश्चित उद्देश हा असलाच पाहिजे आणि तो गुप्त राहावा, चारचौघांत त्याची वाच्यता होऊ नये, म्हणून कारणे जाहीर होत नसावीत. एरवी 'इंजीनची दुरुस्ती चालू असल्यामुळे मंगळवारी सकाळी सहापासून रात्री तीनपर्यंत नागरिकांच्या पाणीपुरवठ्यात कपात करण्यात येत आहे,' हे तत्परतेने जाहीर

करणारे खाते ‘आम्ही अमुक-अमुक मार्ग, अमुक कारणासाठी खोदत आहोत; तेव्हा नागरिकांसाठी तो मार्ग अनिश्चित काळ बंद ठेवण्यात येत आहे,’ असे जाहीर करण्यास का बरे विसरले असते?

एके दिवशी धारिष्ट्य करून हा प्रश्न मी एका कॉर्पोरेटरला विचारला. संवाद असा झाला :

मी : नमस्कार. आपण कॉर्पोरेटर आहात काय?

कॉर्पो : हो. नमस्कार. आपण कोण?

मी : मी एक कर भरणारा नागरिक आहे. माझ्या मनात शंका आहे, ती आपण निवारल्यास मी फार आभारी होईन आपला.

कॉर्पो : जरूर विचारा.

मी : पुण्यातील रस्ते सतत खोदले जात असतात, याचं कारण काय? अर्थात या बाबतीत गुप्तता राखण्यास आपण बांधलेले असाल, तर उत्तर नाही दिले तरी माझे समाधान होईल.

कॉर्पो : आपण अत्यंत आस्थेवाईकपणे चौकशी करणारे पहिलेच नागरिक मला भेटलात. आम्ही रस्ते सतत उकरतो, त्याला तीन कारणं आहेत. पहिलं कारण म्हणजे, भारतातील सत्तर टक्के प्रजा ही शेतकरी आहे. भारत हा शेतीप्रधान देश आहे आणि आमच्याकडे जे मजूर आहेत, ते सर्वच्या सर्व ग्रामीण विभागातले आहेत. कधी ना कधी या लोकांना आपल्या मूलोद्योगाकडे वळावं लागेल; तेव्हा त्यांना खांदण्याची सवय ठेवणं आवश्यक आहे, म्हणून आम्ही त्यांना खांदू देतो.

दुसरी गोष्ट अशी की, ही इतकी माणसं कामाला लावल्यामुळे भारतातील बेकारीची समस्या थोडी-फार सोडवणं आम्हाला शक्य होतं. तशी आमची प्रतिज्ञाच आहे.

तिसरी गोष्ट अशी की, पुणे हे ऐतिहासिक शहर आहे. पुण्याचा प्राचीन इतिहास अद्याप संपूर्णपणे उपलब्ध नाही. तेव्हा सतत खणत राहिल्यामुळे कधी ना कधी तरी पुराणवस्तू संशोधन खात्याला अत्यंत उपयुक्त अशी साधनं आम्ही पुरवू शकू, असा आम्हाला विश्वास वाटतो.

मी : माझं पूर्ण समाधान झालं आहे. मी आपला आभारी आहे.

माझी दुसरी मुलाखत ही प्रत्यक्ष कामावर असलेल्या कर्मचाऱ्याशी झाली. ती अशी :

मी : अमुकच ठिकाणी खोदावं, हे आपण कसं ठरविता?

कर्मचारी : तो आमचा एक ठोकताळा आहे. रोज सकाळी आम्ही सायकली घेऊन वेगवेगळ्या रस्त्यांवरून जातो. ज्या रस्त्यांवरच्या खड्ड्यात आपटून सायकलचा

चिमटा मोडतो, तो रस्ता आम्ही खांदायला घेतो.

मी : खांदताना तुमचा उद्देश काय असतो? म्हणजे, कोणत्या गोष्टीची तुम्ही काळजी घेता?

कर्मचारी : ड्रेनेज आणि वॉटर पाइप सांभाळून आम्ही उकरतो.

मी : (आश्चर्याने) असं होय? मला वाटलं, ड्रेनेज किंवा वॉटर पाइप दुरुस्त करायचे असले, म्हणजे तुम्ही खोदता.

कर्मचारी : छे-छे! आपला गैरसमज झालाय.

मी : अस्सं? आता आपण काही विशिष्ट हेतूने खोदता आहात का?

कर्मचारी : हो. गेल्या खेपेला हा रस्ता खोदताना एक डझन टिकाव, तीन खोरी आणि सात घमेली चुकून आत राहिली अन् वरून रस्ता झाला. ते साहित्य आम्ही आता उकरून काढतोय.

मी : ठीक आहे. तुमचं काम चालू द्या.

एवढ्यात मजूर बाया आणि बाप्ये खोरी वर करून समूहगीत गाऊ लागले :
(चाल : झोक्यांना घेऊ या)

रस्त्याला खोदू या,
बाई, रस्त्याला उकरू या
घ्या हो कुदळी, घ्या हो, खोरी,
पाहा गटारे, शोधा मोरी
एकसारखे खोदत राहू,
खोदुनि सुख हे घेऊ या
रस्त्याला खोदू या!

■

फेल्ट

उन्हाळा सुरू झाला आहे. पुण्याचे डांबरी रस्ते पाघळत आहेत. रस्त्याकडच्या शिरीष वृक्षांना आता हिरवीकंच पालवी फुटलेली आहे. कोमल शिरीष-कुसुमे सहस्रांच्या संख्येने फुललेली आहेत. आंब्यांना कैऱ्या आल्या आहेत. बाजारात कलिंगडे आणि टरबुजे दिसू लागली आहेत. गेल्या उन्हाळ्यात घेतलेल्या माझ्या फेल्टहॅटची दुखरी आठवण मला सारखी होते आहे.

उन्हाळा सुरू झाला की, डोक्यावर काही तरी असावे, असे वाटू लागते. आता सनहॅट नावाचा जो प्रकार आहे, तो भलताच बोजड आहे. तो डोक्यावर ठेवला की, आपण आफ्रिकन जंगलात हिंडणारे व्हाइट हंटर आहोत किंवा भारतातील जंगल खात्यातले कर्मचारी आहोत किंवा म्युनिसिपालटीतले कुणी तरी आहोत, असे उगीचच वाटू लागते. हे मनातील वाटणे आणि डोक्यावरचे प्रत्यक्ष ओझे – दोन्हीही सुखावह होत नाहीत. त्यापेक्षा उन्हाचा ताप सहन करीत हिंडणे बरे, असे होऊन जाते.

गेल्या उन्हाळ्यात माझ्या मनात आले की, आपण एक सुरेखशी फेल्टहॅट घ्यावी. वजनाने हलकी आणि कोणत्याही ऋतूत वापरण्यासाठी ही एकमेव टोपी आहे. उत्तम प्रतीच्या फेल्टची किंमत जास्त असणार, हे खरे; पण एकवार चैन करायला काय हरकत आहे?

पुण्यात इकडे-तिकडे चौकशी केली, पण इम्पोर्टेड अशी चांगली फेल्ट आढळली नाही. म्हटले, मुंबईला गेल्यावर तिथे घेऊ. आपल्या डोक्याला नीट बसणारी आणि शोभून दिसणारी टोपी मिळविण्यासाठी दुकानात सुमारे चाळीस मिनिटे, तरी अत्यंत ओशाळवाण्या अवस्थेत घालवावी लागतात. विक्रेता नाना

टोप्या काढून दाखवीत असतो. आरशापुढे जाऊन विनोदी चेहऱ्याने आपण ती टोपी कशी दिसते, ते बघत असतो. कधी आपला चेहरा 'देमार' चित्रपटातील कॉमिक नटासारखा, तर कधी खलनायकासारखा दिसत असतो. कधी फार बावळट, तर कधी आपल्यालाही अनोळखी, असे आपण दिसतो. वेगवेगळ्या रंगांच्या, उंचीच्या, रुंदीच्या, आकारांच्या टोप्यांची ही किमया पाहता-पाहता आपली अनेक रूपे आपणच पाहतो. मात्र, दुकानातला आरसा विश्वासार्ह असला, तर बरे. नसला, तर आणखी काही चमत्कार होतात.

हे सर्व घडले आणि शेवटी बऱ्या रंगाची, शोभून दिसणारी अशी एक सुंदर फेल्टहॅट मला मिळाली. अत्यंत समाधानाने मी पुण्याला आलो. मध्यम चॉकलेटी रंगाची, सुंदर रेशमी बँड असलेली ती फेल्ट घालून रस्त्याने चालताना मला बरेच रुबाबदार वाटत होते. तिचा स्पर्श मुलायम होता.

दोन-एक दिवसांत कोल्हापूरच्या सिनेमा स्टुडिओकडून तातडीचे बोलावणे आले, म्हणून मी कोल्हापुरी गेलो. सिनेमातली मंडळी नेहमी जिथे उतरतात, अशा एका गेस्ट हाऊसमध्ये उतरलो. तीन दिवसांचे काम होते, ते नीट आटोपले.

मी परत यायच्या दिवशीच शेजारच्या खोलीत प्रभाकरपंत येऊन उतरले. हे आमचे शेजारीच. त्यांनी घराकडची हकिगत सांगितली. खुशाली समजली. इकडच्या-तिकडच्या गप्पा झाल्या आणि मी रात्रीच्या गाडीने निघालो. रुकडी, हातकणंगले स्टेशने गेली आणि एकाएकी आठवले की, आपली फेल्टहॅट गेस्ट हाऊसमध्येच राहिली. अरेरे! जाताना आठवण व्हावी, म्हणून मी ती मुद्दाम समोरच्या खुंटाळ्याला अडकवून ठेवली होती; पण नित्य वापरात नसलेली छत्री, रेनकोट जसा नवा घेताच चार दिवसांत कुठे तरी विसरतो, तसे झाले. फेल्ट खुंटाळ्यावर राहिली.

आता काय बरे करावे? इतकी महागडी, शिवाय गरजेची आणि आवडती फेल्ट जाऊन चालायचे नाही. घरी जाताच प्रभाकरला पोस्टकार्ड टाकायचे आणि चार दिवसांनी पुण्याला येताना ती हॅट घेऊन येण्याची विनंती करायची, असे ठरविले. दरम्यान, जर कोणी तिसराच उतारू या खोलीत उतरला आणि ती फेल्ट जर त्याच्या डोक्याला फिट्ट बसली, तर मात्र आशा नव्हती किंवा खोली साफ करणाऱ्या पोऱ्याला ती मिळाली आणि त्याने तमाशात बतावणी करणाऱ्या विनोदी नटाला बक्षीस दिली किंवा चोरबाजारात विकली, तर ती आपल्याला मुकली आणि आपणही तिला मुकलो.

असा विचार करीत-करीत झोपी गेलो आणि सकाळी पुण्यास पोहोचताच प्रभाकरला पत्र लिहिले. संध्याकाळी सातला मी खोलीबाहेर पडलो होतो. म्हणजे रात्रीतून ती टोपी कोणी उचलण्याचा संभव नव्हता. शिवाय ती सहज दिसेल अशी

कुठे खाली नव्हती, तर भिंतीवरच्या खुंटाळ्याला होती. मुद्दाम बारकाईने पाहिले, तरच दिसेल, अशी.

पुढे चार दिवस मी उघडा-बोडका असा रस्त्याने हिंडत होतो. उत्तम उन्ह लागत होते. फेल्टची सारखी आठवण येत होती.

चार दिवस आले आणि मशारनिल्हे प्रभाकरपंत कोल्हापूरच्या स्टुडिओतील शुटिंग संपवून माघारी आले. सकाळी त्यांची व माझी रामरामी झाली. पण ते टोपीविषयी काही बोलले नाहीत. मीही बोललो नाही. कारण आल्या-आल्या त्यांना 'माझी टोपी आणलीत का?' असे विचारणे मला असभ्यपणाचे वाटले. प्रभाकरपंत फेल्टचे काही बोललेच नाहीत.

दोन दिवस झाले, तरीही प्रभाकरपंत काही बोलले नाहीत. मग मात्र माझे कार्ड त्यांना मिळाले की नाही, अशी शंका मला आली. मग धीर करून मीच विचारले, "प्रभाकरपंत, माझे पत्र तुम्हाला मिळाले का?"

"कोणते?"

"कोल्हापूरला पाठविलेले."

एकदम आठवल्यासारखे करून ते म्हणाले, "हो-हो, मिळाले की."

"मग फेल्ट आणली?"

यावर त्यांचा चेहरा विलक्षणच झाला. काही सेकंद चेहऱ्यावरील एक्स्प्रेशन तसेच स्टॉपक्लॉकसारखे राहिले. तोंडावर हात ठेवून ते म्हणाले, "पण मी येताना ती फेल्ट गाडीत विसरलो."

आता मी फार उन्ह असले, म्हणजे डोक्याला हातरुमाल बांधतो!

■

भाषण देण्याचा प्रकार

परमेश्वर दयाळू आहे आणि श्रेष्ठ उपकारकर्ता आहे, यात तिळमात्र शंका नाही. मानवजातीला त्याने मोठ्यांत मोठे असे काही दिले असेल, तर ती म्हणजे वाणी.

आता बोलता आल्यावर माणूस ही कला आत्मसात करणारच. पूर्वी मनुष्यप्राण्याच्या वैभवकाळी वक्तृत्वकला ही तत्त्वज्ञ, कवी, नट आणि शास्त्रज्ञ यांच्यापुरतीच मर्यादित होती. पण पुढे मनुष्यजातीचा ऱ्हास होऊ लागला आणि वक्तृत्वकला ही भाषण करणे, या दशेप्रत येऊन पोहोचली. त्यातच अनेक राष्ट्रांच्या घटनांनी भाषणस्वातंत्र्याचा उद्घोष केला आणि 'भाषण देणे' हा प्रत्येक माणूसप्राण्याचा हक्क ठरला. जेवणाच्या टेबलापासून कोपऱ्यावरच्या सभेपर्यंत कोणीही उभे राहून भाषण करावे : बंधू-भगिनींनो!....

आता तर लोक निवडून येण्यासाठी भाषणे करतात, का भाषणे करण्यासाठी निवडून येतात, असा प्रश्न आपल्यापुढे उभा राहतो. बरे, ज्या कोणाला विनोदबुद्धी आहे, त्याने हे सारे गंमत म्हणून सहन केले असते. पण कोणा शहाण्या शास्त्रज्ञाने लाऊडस्पीकरचा शोध लावून अक्षम्य अपराध केला आणि हे एक नवे हत्यार भाषण देणाऱ्याच्या हातात आले. दूरवर मारामारी करता येणे शक्य झाल्यामुळे या शस्त्राच्या साह्याने वक्ता आता प्रचंड लांबी-रुंदीच्या श्रोतृसमुदायाला हैराण करू शकतो. वर्तमानपत्रांत प्रतिदिनी प्रसिद्ध होणारे फोटो पाहिले, तर त्यात मायक्रोफोनचा गळा पकडून लोकांना हैराण करणारे कित्येक वक्ते आपल्याला आढळतात.

घटनेने दिलेल्या भाषणस्वातंत्र्याचा उपयोग असा समाजाला उपद्रव देण्यासाठी सर्रास होऊ लागलेला आहे. कोणा तरी राजकीय पक्षाने आता या भाषणस्वातंत्र्यापासून श्रोत्यांना संरक्षण देणारा कार्यक्रम हाती घेतला पाहिजे. पुढच्या सार्वत्रिक निवडणुकीत

हा पक्ष निश्चितच प्रचंड बहुमताने निवडून येईल, यात मला शंका नाही. माझ्यापुरते बोलायचे, तर याच पक्षाला मी मत देईन!

परदेशात 'आफ्टर डिनर स्पीच' हा एक तापदायक प्रकार आहे. जेवणाच्या टेबलाशी उभा राहून वक्ता बोलतो. तिथे असे बोलावेच लागते. ऑस्ट्रेलियात हे संकट मी किती तरी वेळा चुकविले. पण जेवणे सारखी होत. आम्हा आठ-नऊ आशियाई लोकांना कुठे-कुठे जावे लागे. कधी लॉर्ड मेयर ऑफ सिडनी याचे डिनर, तर कधी जनरल मॅनेजर ऑफ ए.बी.सी. याचे जेवण, कधी एक्स्टर्नल अफेअर्स या खात्यातर्फे, तर कधी रोटरी क्लब ऑफ मेलबोर्नतर्फे.

एकदा जेवणानंतर बोलण्याची वेळ माझ्यावर आली. शेजारी ऑस्ट्रेलियन रेडिओचे ग्रॅहॅम व्हाइट होते. त्यांना मी हळूच विचारले, "काय बोलू मी?"

ते म्हणाले, "तू कथालेखक आहेस ना, मग भाषण कशाला करतोस? एक फक्कड गोष्ट सांग...."

मी सगळे धैर्य एकवटून उभा राहिलो आणि गोष्ट सांगू लागलो....

एक गृहस्थ हौशी शिकारी होते. पण त्यांना समज चांगली होती. वाघाच्या शिकारीला जाताना सहसा ते आपल्यासोबत कुणाला नेत नसत. का? तर, आपल्याबरोबर त्याचा जीव धोक्यात येऊ नये. कधी वाघाचा हल्ला झालाच, तर आपले आपण संरक्षण करू; फार तर एकटेच मरू. दुसऱ्याला बरोबर न्यायचे, म्हणजे त्याच्या प्राणाची जबाबदारी घ्यायची. ती नको.

या गृहस्थाचे दोन-तीन मित्र होते. त्यांना शिकार बघण्याची फार आवड. ते पुनःपुन्हा म्हणत की, "आम्हाला एकवार बरोबर घेऊन चला."

हा म्हणे, "नाही."

"का?"

"तुमचं संरक्षण करण्याची जबाबदारी माझ्यावर पडते."

"आम्ही आमचं बघून घेऊ. तुम्ही जिथं बसणार, तिथून आम्ही थोडं दूर बसू मचाणावर आणि वाघ कसा येतो, तुम्ही बांधलेलं बकरं तो कसं धरतो, कसं खातो; मग तुम्ही त्याला कशी गोळी घालता आणि तो कसा मरतो... हे सगळं आम्हाला बघायचं आहे."

ही त्यांची भुणभुण बरेच दिवस चालू राहिली आणि एके दिवशी वैतागानं हे गृहस्थ कबूल झाले.

वाघाची बातमी आली होती. जीपमध्ये बसून सर्व लोक जंगलाकडे गेले. आता आपल्याला काही तरी विलक्षण बघायला मिळणार, म्हणून सर्व जण उत्सुक होते.

सर्व प्रवासात हे तीन मित्र आनंदात होते आणि हा शिकारी मात्र गप्प, अंतर्मुख

बसून होता. अखेर प्रवास संपला. जंगल आलं. अडचणीच्या जागी रेडा बांधलेला होता. आदल्या रात्री तो वाघानं अर्धवट खाल्ला होता. म्हणजे, आज तो इथं नक्कीच येणार.

दोन झाडांवर मचाणं बांधून तयार होती. एकावर शिकरी बसले. त्यांच्यापासून वीस-एक यार्डांवर दुसरं झाड होतं. त्याच्या वरच्या मचाणावर हे तिघे मित्र बसले. हळूहळू संध्याकाळ झाली. जंगलातले आवाज शांत झाले. संधिप्रकाशही मावळला, परंतु अंधार नव्हता. छान चांदणं होतं. मित्रांना रेडा आणि आसपासची जागा स्वच्छ दिसत होती. शिकारीचा सर्वच प्रसंग त्यांना नीट दिसणार होता.

रात्रीचे साडे-आठ झाले न झाले, तोच बाजूच्या जंगलातून एक प्रचंड वाघ सावलीसारखा आला. तो अगदी स्पष्ट दिसत होता. सावधपणे चालत-चालत तो आपल्या भक्ष्याच्या जवळ आला. थोडा वेळ थांबून त्याने अंदाज घेतला. इकडे-तिकडे पाहून घेतले आणि काही धोका नाही, याची खात्री होताच तो रेडा खाऊ लागला. काड्ऽ काड्ऽ आवाज होऊ लागला.

तिघे मित्र शिकाऱ्याच्या मचाणाकडे अपेक्षेने पाहत होते. आता रायफलचा दाण्कन वार होणार आणि हा प्रचंड वाघ लोळणार याची त्यांना खात्रीच होती. कानात जीव गोळा करून ते ऐकत होते. एकटक बघत होते.

पण एवढ्यात काय घडलं, कोण जाणे; थोडाफार आवाज झाला आणि पिकलं फळ पडावं, तसं ते शिकारी गृहस्थ झाडाच्या बुडात बदकन पडले.

खाऱ्यात गुंतलेला वाघ एकदम चार पायांवर उडाला आणि चकित होऊन हे काय घडलं, म्हणून बघू लागला. मित्रांच्या काळजाचं पाणी-पाणी झालं. मचाण सोडून खाली पडलेल्या शिकाऱ्याच्या हातात काही शस्त्र नव्हतं. त्याची रायफल वरच अडकून राहिली होती. हे बघे मित्रही नि:शस्त्रच होते.

शिकारी पडल्या जागी सावरून नीट बसले होते आणि समोर काळासारखा उभा असलेला वाघ बघत होते. खाकी कपड्यांतला माणूस बघताच वाघानं गुरगुर केली. शेपटीचा आकडा वळवळला. वाघ दबला आणि एका झेपेत शिकाऱ्यापुढे आला. बघणाऱ्या मित्रांनी डोळे मिटले आणि छातीवर हात ठेवले.

पाच-दहा सेकंद काही आवाज ऐकू आला नाही, तेव्हा धारिष्ट्यानं त्यांनी डोळे उघडून पाहिलं, तर शिकारी झाडाबुडी सुखरूप बसून होते आणि तो प्रचंड वाघ कान पाडून पायांत शेपूट घालून आल्या वाटेनं मुकाट परत जात होता! त्यानं शिकाऱ्यावर हल्ला केला नव्हता. मित्र प्रथम चकित झाले आणि मग त्यांनी आनंदानं झाडाखाली उड्या घेतल्या. वाघ निघून गेला होता. शिकारी गृहस्थ सुखरूप होते.

अर्ध्या-एक तासानं सर्व पार्टी जीपमधून परत घरी निघाली. संकट टळलं, देवानं चमत्कार केला. कथापुराणांतून ऐकत होतो, ते आज प्रत्यक्ष पाहिलं, असं मित्रांना

वाटत होतं. शिकारी गंभीरपणे बसून होते. शेवटी हिय्या करून एका मित्रानं विचारलं, ''तुम्ही काय केलंत? वाघ निमूट परत कसा गेला?''

यावर शिकारी मिश्यांतल्या मिश्यांत हसले आणि म्हणाले, ''मी त्याला स्पष्टच सांगितलं. म्हणालो, मी तुझ्या तावडीत सापडलो आहे खरा. तू मला खाशील. पण ध्यानात घे – समोर माझे तीन मित्र आहेत. तुझं भोजन झाल्यावर त्यांना उद्देशून तुला आफ्टर डिनर स्पीच – जेवणानंतरचे चार शब्द बोलावे लागतील.''

... एवढे बोलून मी भाषण संपविले आणि खाली बसलो, तेव्हा एकच हशा उसळला आणि बराच वेळ टाळ्या वाजत राहिल्या.

■

अरे, संसार संसार!

एक चिमुकली चित्रकथा
(कल्पना – अर्थात परकीय)

दृश्य पहिले :
घड्याळात रात्रीचा दीड वाजलेला आहे. डबल बेड. त्यावर पती-पत्नी झोपलेले.
पत्नी जागी. ती सारखी उसासे टाकते आहे आणि या कुशीवरून त्या कुशीवर वळते
आहे. तिचे टोकदार कोपर दोन वेळा लागल्यावर तो जागा होतो. ती जागीच आहे,
हे त्याच्या लक्षात येते.

तो : हे काय, तू जागीच अजून?
ती : भगवंता!
तो : काय झालं? अजून झोपच लागली नाही, का मधे जागी झालीस?
ती : झोपच नाही लागत.
तो : का?
ती : डोक्यात सारखा तो कप आहे – तुम्ही सकाळी फोडलात, तो!
तो : हात् त्येच्या! तो जुना, निळी फुलं असलेला कप?
ती : निळी नाही, जांभळी फुलं होती.
तो : जे काय असेल ते. एक कप तो काय!
ती : फार छान आकार होता त्याचा. तेवढा भरून घेतला सकाळ-संध्याकाळ की,
माझं रोजचं बारा औंस दूध घेऊन होई.

तो : ठीक आहे, पण सहा औंसाचा कप अप्राप्य नाही. मी उद्या तुला बरोबर सहा औंस दूध मावणारा कप आणून देतो नवा. त्यासाठी रात्र जागवण्याची जरुरी नाही.

ती : तसला जपानी मेकचा कप तुम्हाला मिळणं अशक्य आहे आज. किती नाजूक आणि पातळ होता तो!

तो : जपानपेक्षा वरचढ क्रोकरी हल्ली तयार होते आपल्याकडे. मी तसलाच कप आणून दिला, म्हणजे झालं ना? झोप आता. (पाठ करून झोपतो.)

ती : सहा औंस दूध मावणारा कप, यापलीकडे त्याची किंमत नाही ना तुम्हाला?

तो : बोहारणीला एक जुना शर्ट दिलास, तर चार कप येतील तसले! काय होतं त्या कपात असं? जुना, धुरकटलेला, विटलेला. फुटला, ते उत्तमच झालं. कंटाळा आला होता बघून-बघून.

ती : (पाठ करून) भावनाच नाहीत तुम्हाला. कोरडे आहात अगदी!

तो : कप फुटला म्हणून रात्रभर जागलो, तर संपलोच. अगं, नशिबं फुटतात, तरी लोक निधड्या छातीनं झगडतात.

ती : (तोंड फिरवून) मला वाटलं होतं, तुमच्या ध्यानात येईल म्हणून. सांगायची वेळ येणार नाही माझ्यावर. (मंगलाष्टकाचे सूर ऐकू येतात) ऐका – तो कप म्हणजे आपलं लग्न झाल्यावर दोघांनी मिळून हौसेहौसेनं आणलेल्या टी-सेटमधला शेवटचा कप होता. कळलं?

तो : (उताणा पडून) म्हणजे वीस वर्षं सर्व्हिस झाली त्याची! सरकारनं पेन्शनीत काढलं असतं त्याला.

ती : वीस नाही, एकवीस.

तो : जे काय असेल, ते!

ती : (मूड घेऊन) चारच दिवस झाले होते लग्नाला. गडद जांभळ्या रंगाची साडी मी नेसले होते. तुमच्या आवडीची केशरचना केली होती आणि टॅक्सीनं कँपमध्ये गेलो. 'क्वालिटी'त जेवलो आणि तो टी-सेट घेऊन आलो. अगदी पहिली... दोघांनी मिळून केलेली खरेदी. (फ्लॅशबॅक – दोघं आनंदानं दुकानात शिरतात. खूप काचसामान आहे. दुकानदार हसून स्वागत करतो.) किती वर्षं लोटली आणि त्या आठवणी ताज्या ठेवणारा अगदी शेवटचा दुवासुद्धा आज गेला.

तो : आज नाही, काल. दीड वाजलाय आता.

ती : किती उदास वाटतंय मला!

तो : जाऊ दे गं. माणसासारखी माणसं जातात (इन्सर्शन : आई-वडिलांचे एकाशेजारी

एक लावलेले फोटो)... कपाचं काय घेऊन बसली आहेस!

ती : किती आठवणी होत्या त्या कपाभोवती. ते रेशनचे दिवस... केवढी लांबलचक रांग असायची. केव्हा दुकानदारापाशी पोहोचू, असं होई... आणि आता बघा, लोक चंद्रावर जाऊन येताहेत. मला आज वाटलं, काहीऽ काही राहिलं नाही त्या वेळचं माझ्यापाशी.

तो : मी आहे की! (क्लोजअप)

ती : अर्धंअधिक आयुष्य त्या कपाबरोबर गेलं, तो फुटला. आता मला वयाची जाणीव होते. सरून गेलं वाटतं सगळं!

तो : आता रात्रभर जागलो, तर मलासुद्धा तसंच वाटेल सकाळी. झोप. मी पैदा करेन तसला सेट.

ती : मिळणार नाही.

तो : पण रडून-भेकून तो परत येणार आहे का कप?

ती : मी रडत नाही, सेन्टिमेन्टिली बोलतेय. गेला तो सगळा टी-सेट, केटली, दुधाचं भांडं, साखरेचं भांडं, सहा बश्या आणि सहा कप... हा शेवटचा.

तो : शेवटचा नसेल; एखादी बशी, एखादा कप असेल अजून.

ती : नाही हो, तो शेवटचाच. त्याशिवाय मला इतकं वाटलं असतं का?

(पाणी येण्यापूर्वी नळ जसा आवाज करतो, तसे आवाज होतात. एवढ्यात काही प्रतिबंध केला नाही, तर धो-धो पाणी वाहणार, या धास्तीने तो उठून बसतो.)

तो : थांब थोडी. ते जुनं कपाट आहे ना, त्याच्या वरच्या कप्प्यात बघितल्यासारखा वाटतो मला एक कानतुटका कप. दिवा लावतो हं.

(पलंगाशेजारी स्टूलावर असलेला टेबल-लँप. तो अंधारातच हात लावतो. उजेड पडतो.)

कट् टू – दृश्य दुसरे :

(तो स्टूल घेऊन येऊन त्यावर चढतो. फडताळ उघडताच आत ठासून भरलेल्या असंख्य वस्तू दिसतात. कडीचा तांब्या, ताम्हण, ओगराळे, कावळा, तांब्याची पंचपात्री वगैरे. तो एकेक वस्तू काढू लागतो. तिचा बिग क्लोजअप – चेहरा उदास, दोन्ही डोळ्यांतून पाण्याच्या धारा....)

मिक्स टू :

(तो गंगा भरलेला बंद गडू काढून ठेवतो, तर त्यामागे कप दिसतो. त्याचा क्लोज-अप. चेहऱ्यावर आश्चर्य, आनंद.)

मिक्स टू :

(तिचा चेहरा – त्याचे शब्द ऐकू येतात.) बघ, म्हणालो नव्हतो मी? (तो बेडरूममध्ये येतो.) आहे आणखी एक तसलाच कप म्हणून!

ती : (साश्चर्य) हो?

तो : हा बघ

(कपाचा क्लोजअप... त्याचा क्लोजअप... तिचा क्लोजअप.)

ती : अय्या, खरंच की!

तो : आता झोप बघू सुखानं.

ती : बरं झालं बाई, किती बरं वाटलं मला! मला बारा औंस दूध आता बरोबर घेता येईल.

(ती समाधानाने झोपते. हातातील कप टेबल-लँपच्या स्टूलावर ठेवून तोही पांघरुणात शिरतो आणि हात लांबवून टेबल-लँपचे बटण दाबून झाल्यावर हात मागे घेताना धक्का लागून कप ठाण्‌कन खाली पडून फुटतो.)
(बिग क्लोजअप.)
(फुटलेल्या कपाचे इतस्ततः पसरलेले तुकडे.)
दी एन्ड!

■

पुणेरी रिक्षावाला

नाना तऱ्हेचे रिक्षावाले भेटतात, पण हा नमुना अगदीच अजब वाटेल. माझ्याकडे आलेले लेखक दिल्लीचे रहिवासी होते. ते उर्दूतील मोठे लेखक म्हणून महाराष्ट्रात मशहूर होते आणि मराठीतील नामवंत लेखक म्हणून उर्दूत त्यांचा दबदबा.

आमच्या गप्पागोष्टी खूप रंगल्या. रात्रीचे बारा वाजून गेले. वाहन मिळणे कठीण होते. मी त्यांना पोहोचवायला प्रभात रोडपर्यंत गेलो. म्हणालो, ''पाच-एक मिनिटं आपण रस्त्यावर उभं राहू. रिक्षा मिळेल.''

तेव्हा धास्ती घेतल्याप्रमाणे लेखक म्हणाले, ''रिक्षा नको बुवा, त्यापेक्षा आपण चालत जाऊ.''

''का हो? रिक्षा हे पुण्यातलं मध्यमवर्गीयांचं वाहन आहे. तसं ते सोईस्कर आहे.''

''पण मी धसका घेतलाय पुणेरी रिक्षावाल्यांचा.''

''आचार्य अत्र्यांनी लिहिलेला पुणेरी टांगेवाला तुमच्या लक्षात दिसतोय. तो जमाना बदलला आहे. जे-जे पुणेरी म्हणून प्रसिद्ध होते, ते सगळे आता इतिहासजमा झाले आहेत. एका अनुभवावरून मत बनवू नका.''

द्वैभाषिक लेखक निश्चयाने म्हणाले, ''पण रिक्षा नको; टॅक्सी परवडेल त्यापेक्षा.''

''इथं टॅक्सी ही लक्झरी आहे. मुंबईप्रमाणे इथं रस्त्यावर उभं राहून टॅक्सी मिळणार नाही. स्टँडवर जावं लागेल. मग तो टॅक्सीवाला आधी आपल्याला विचारील, कुठं जायचं? आपल्याला जायचं असतं ती जागा त्याला सोईस्कर वाटली, तरच तो येईल. देहू, आळंदी, पिंपरी, चिंचवड इकडे जाणारे प्रवासी त्याला हवे असतात.''

एवढे बोलणे होते आहे, तोवर फिल्म इन्स्टिट्यूटच्या दिशेकडून एक रिक्षा आरोळी ठोकीत आली. तिच्या प्रकाशाने आम्ही उजळून निघालो. घाईघाईने मी पुढे होऊन हात दाखविला, तेव्हा लेखक अगदी कळवळून म्हणाले, ''नको हो, नको! जाऊ दे त्याला.''

पण रिक्षा वेग कमी न करता निघून गेलीही. आत कोणी होते.

लेखक निश्चयाने म्हणाले, ''मी जिमखान्यापर्यंत चालत जातो. तिथे मिळेल ना टॅक्सी?''

''ट्राय युवर लक. चला, मी तिथपर्यंत येतो.''

मध्यरात्र झाली होती. रस्ता निर्मनुष्य होता. मग प्रभात रस्त्याने चालता-चालता लेखकांनी मला पुणेरी रिक्षावाल्याचा अनुभव कथन केला.

गेल्या खेपेला असाच एका मित्राकडे बसलो. उशीर झाला. रस्त्यानं चालता-चालता रिक्षा दिसला (का, दिसली हो?), हात वर करून मी तो थांबविला आणि दिलगिरीपूर्वक म्हणालो, ''मला काही फार दूर जायचं नाही, जवळच जायचं आहे. पण रात्र झालीये. लवकर पोहोचलं पाहिजे, म्हणून तुम्हाला थांबविलं.''

यावर तरुण रिक्षावाले म्हणाले, ''चला की साहेब, अंतर कमी काय, जास्त काय; गिऱ्हाइकाची सोय बघितलीच पाहिजे.''

''थँक्स. पुरंदरे कॉलनीत घ्या.''

''पुरंदरे कॉलनीत कुठे?''

मला ते घर निश्चित माहीत नव्हतं. रस्त्याच्या तोंडाशी उतरून पायी जावे आणि ओळखीची इमारत आढळताच दारावरची बेल वाजवावी, असा माझा इरादा होता.

''चला, मी सांगतो.''

पाच मिनिटांत आम्ही पुरंदरे कॉलनीत आलो. मीटरवर ऐंशी पैसे बिल झाले होते. मी खिशातून रुपया काढला. रिक्षावाले गंभीरपणे म्हणाले, ''साहेब, वीस पैसे सुटे नाहीत.''

''ऱ्हाऊ द्यात हो, वीस पैशांचं काय?''

यावर गडबडीने त्यांनी खुलासा केला, ''छे-छे साहेब! मी गिऱ्हाइकाकडून एक नवा पैसासुद्धा जास्त घेत नाही. अहो, निढळाच्या घामाच पैसा पचत नाही, तर हे कुठले पचायला? अशी मिळकत हातात आली की, माणसाला नाही-नाही ते सुचते.''

''तुमचे विचार उच्च आहेत. आनंद वाटला ऐकून. असंच असलं पाहिजे माणसानं. पण तूर्त घ्या एवढे. माझ्यापाशी सुट्टे पैसे नाहीत. मोड कुठे मिळणार आत्ता? दीड वाजलाय.''

उजळत्या चेहऱ्याने रिक्षावाले म्हणाले, ''लक्ष्मी रोडच्या चौकात एक पानवाला उघडा असतो, त्याच्याकडे मिळेल मोड हमखास.''

बोळाबोळातून जाताना एक-दोन 'प्रवेश बंद'च्या पाट्या लागल्या आणि वळणे घेऊन जावे लागले. माझ्या पुरते ध्यानात येऊन चुकले की, रिक्षावाले हे कायदेशीर गृहस्थ आहेत. शेवटी त्या चौकातल्या पानवाल्यापाशी आलो, तर नेमके आजच दुकान बंद होते.

रिक्षावाले म्हणाले, ''बघा, आज यानं लवकर बंद केलं दुकान. घरात काही तरी घोटाळा असणार.''

''नक्कीच. त्याशिवाय धंदा कोण सोडणार?''

आता मीटरवर एकशे सत्तर पैसे झाले होते. मी कळवळून म्हणालो, ''अहो रिक्षावाले, आज माझ्यासाठी म्हणून तुमचा निश्चय एक वेळ मोडा बुवा आणि दोन रुपयांची नोट घ्या. इथं उतरून मी जातो.''

''तसं करता येत नाही साहेब.''

''बरं, मग आता? असं करा, थेट चालवा रिक्षा. मग मी सांगतो, कुठे थांबायचं ते.''

मी मीटरवर ध्यान ठेवूनच होतो. बरोबर दोन रुपये होताच ओरडून म्हणालो, ''आता थांबा!''

त्यावर वेग कमी करून मागे वळून रिक्षावाले म्हणाले, ''इथं थांबता साहेब? पाटी बघा – 'नो पार्किंग'! पुढे जायला पाहिजे.''

मी हताश झालो. तसा तो म्हणाला, ''किती वाजले?''

''दोन.''

रिक्षा एका गल्लीत गर्रकन वळवून घेत रिक्षावाले म्हणाले, ''आपण कासिमकडे जाऊ, साहेब. तो उघडा असेल.''

इतका वेळ चाललेल्या नाटकात आम्ही दोनच पात्रे होतो, आता एकदम तिसरे पात्र येणार होते. पात्र-परिचय करून घ्यावा, म्हणून मी विचारले, ''कोण कासिम?''

"वा, तुम्ही परगावचे दिसता!"

"आहे खरा."

"तरीच... कासिम होटलवाला आहे. पहाटे तीन वाजतासुद्धा मुर्गी मिळते त्याच्याकडे."

"पण रिक्षावाले, आपल्याला मुर्गी नको आहे."

"नुसती मोड घेऊ की. माझ्या ओळखीचा आहे शेठ."

कासिमच्या हॉटेलाशी आलो. दार बंद होते. पण आत दिवा दिसत होता. मीटरवर बरोबर तीन रुपये झाले होते. रिक्षावाले आपले ओळखीचा उपयोग करून दार उघडायला पुढे सरसावले. तेव्हा मीच त्यांना आवरले.

"आता मोडीची जरुरी नाही. हे तीन रुपये घ्या." पैसे हाती पडताच रिक्षावाल्यांनी मीटर बंद केले. "तुम्हाला तकलीफ झाली साहेब, पण आपलं प्रिन्शिपल आहे."

"चांगलं आहे. पण आता मला असं सांगा की, पुरंदरे कॉलनी इथनं किती लांब आहे?"

"वीसएक मिनीटं लागतील चालत जायला."

"इतकी लागतील का?"

"तर, हो!"

विचारमग्न होऊन मी उभा राहिलो. रिक्षावाले खाली उतरले होते, ते रिक्षामध्ये पुन्हा बसत म्हणाले, "चालत कशाला जाता साहेब, मी सोडतो ना तुम्हाला! बसा."

मी कंटाळलो होतो. कधी झोपेन, असे झाले होते. 'बसा' म्हणताच बसलो.

पाच मिनिटांनी आम्ही पुरंदरे कॉलनीत आलो, तर मीटरवर बरोबर सत्तर पैसे झाले होते. मी काकुळतीने म्हणालो, "आता माझ्यावर दया करा आणि हा एक रुपया घ्या."

त्यावर थोडा वेळ विचार करून रिक्षावाल्याने चौकशी केली, "आपल्या खिशात पत्त्याचं कार्ड आहे का? नाव-पत्ता छापलेलं?"

"आहे. का?"

"द्या ते."

व्हिजिटिंग कार्ड आणि रुपया घेऊन रिक्षावाले गेले. मी दिल्लीला गेलो. झाली गोष्ट विसरलो. बरोबर दहा दिवसांनी एक पाकीट पोस्टाने आले. त्यात चिठ्ठी होती –

'सोबत दहा पैशांचे पोस्टाचे तिकीट आहे. वीस पैसे पाकिटाला पडले. म्हणजे आता तुमचे माझ्यापाशी काही राहिले नाही. कळावे, रिक्षावाला.'

लेखकांनी सांगितलेली कथा ऐकून हसावे की गंभीर राहावे, याचा निर्णय करता येईना.

बोलता-बोलता जिमखान्याच्या टॅक्सीस्टँडवर आम्ही आलो. तिथे एकही टॅक्सी नव्हती. रिक्षा दोन होत्या, पण तिच्यात ड्रायव्हर झोपले होते. हाका मारल्या, पण ते उठले नाहीत. एकाला बळे-बळे उठविले, तेव्हा जांभई देऊन त्याने विचारले, ''किती वाजले?''

''दीड.''

''मला वर्दी आहे खडकीला.'' असे म्हणून तो पुन्हा झोपला.

सुदैवाने स्टेशनकडून रिक्षा आली. हात दाखविताच ती थांबलीही.

तिच्यात बसत लेखक म्हणाले, ''बराय, भेटू पुन्हा.''

त्यांचा आवाज आणि चेहरा भेदरलेला होता. आता यांच्यावर काय प्रसंग ओढवणार, अशी काळजी करीत मी जिमखान्यापासून घरापर्यंत आलो. दारातच रिक्षावाले आणि लेखक माझी वाट पाहत होते.

''काय झालं हो?''

हैराण आवाजानं लेखक म्हणाले, ''यांच्यापाशी मोड नाही.''

■

आकाशवाणीचे आबा

डिसेंबरमधल्या एका गुरुवारी संध्याकाळी मी रेडिओच्या कचेरीतून घरी परत आलो. ग्रामीण श्रोत्यांसाठी रोज होणारा सगळा कार्यक्रम आगाऊ ध्वनिमुद्रित केलेला होता. चिंता होती; ती फक्त 'जपून टाक पाऊल पुढे जरा' या कार्यक्रमाची. दर गुरुवारी होणारा हा कार्यक्रम लिहायचे नाना चाफेकर आणि त्यात बोलायचेही तेच. लिखाण वेळेवर झाले होते; फक्त नाना यायचे होते. ते वेळेवर येणार, ही खात्रीच होती. मी निर्धास्त होतो, पण सावधगिरी म्हणून रेडिओत फोन केला, ''नाना आले का?''

''आलेत. पण बरं झालं, तुम्ही फोन केलात. नानांना दमल्यासारखं वाटतंय. आवाज खोलवर येतोय.'' कृष्णराव सपाटे बोलत होते. त्यांच्या स्वरात चिंता होती. किती वर्षांनी मला वाटलं की, नाना थकले! साठीनंतरही आठ वर्षे तरुण राहिलेले नाना आता मात्र थकले. आता त्यांना ब्रॉडकास्ट झेपणार नाही. मी म्हणालो, ''सपाटे, त्यांना घरी जाऊ द्या. त्यांच्याऐवजी तुम्ही बोला.''

– आणि आज १५ जानेवारीला बातमी कळली की, नाना गेले! उद्याचे 'जपून टाक'चे लिखाण पुरे करून रात्री दोन वाजता शंकर नीलकंठ चाफेकर निधन पावले.

सन १९५६ पासून चौसष्टपर्यंत ग्रामीण कार्यक्रमात नाना रोज बोलत होते. 'राम राम मंडळी' हे त्यांचे शब्द लोकांच्या ध्यानी अजून असतील.

नानांच्या आवाजात एवढी जवळीक की, प्रत्यक्ष त्यांना न पाहता असंख्य श्रोते

त्यांच्यावर विलक्षण लोभ करीत. संक्रांतीचा तिळगूळ, दसऱ्याचे सोने त्यांना पाठवीत. लग्नाची, समारंभाची निमंत्रणे आवर्जून धाडीत. कुणी पुण्याला आले; तर येताना हुरडा घेऊन येई, हरबऱ्याच्या डहाळ्या घेऊन येई, आपल्या रानात पिकलेल्या तंबाखूचा वानवळा नानांसाठी घेऊन येई. पंढरीहून आलेला शेतकरी रेडिओ स्टेशन शोधत येई. त्याला आबांना पाहायचे असे आणि येताना तो रिकाम्या हाती न येता पांडुरंगाचा बुक्का आणि भेळ-बत्ताशांचा प्रसाद घेऊन येई. श्रोत्यांचे एवढे प्रेम नानांनी केवळ आपल्या वाणीने मिळविले होते.

रेडिओची नोकरी नानांनी पुष्कळ वर्षे केली. ते दिल्लीला न्यूजरीडर होते. मुंबईला प्रोग्राम असिस्टंट होते. सेवानिवृत्त झाल्यावरही रेडिओने त्यांना पुन्हा पुण्याला घेतले. नव्याने सुरू होणाऱ्या ग्रामीण कार्यक्रमात स्टाफ आर्टिस्ट म्हणून त्यांनी वीस वर्षे काम केले आणि नव्या कायद्याप्रमाणे वय झाले, म्हणून निवृत्त झाल्यावरही ते ग्रामीण कार्यक्रमासाठी लिहीत होते. अगदी काल-परवापर्यंत लिहीत होते. त्यांनी मंगळवारी रात्री लिहिले, ते शेवटचे लिखाण रेडिओचेच होते. रात्री नानांनी आपल्या दोन्ही मुलींशी गप्पागोष्टी केल्या, ते फिरून आले आणि झोपले... आणि रात्री दोन वाजता अगदी उठाउठी गेले... जसे श्रोत्यांना 'रामराम' करून रेडिओतून घरी जायचे, तसेच!

नट म्हणून नानांनी रंगभूमी गाजवली, तो काळ मी पाहिलेला नाही. मला सगळे ऐकून, वाचून माहीत होते. मी १९४८मध्ये मुंबईला माधववाडीतल्या एका लहानशा खोलीत संसार थाटला आणि एके दिवशी सदैव बंद राहिलेले मधले दार उघडले. पलीकडच्या खोलीत नानांचा संसार होता. आमचा परिचय झाला आणि पुढे मधले दार उघडेच राहिले. दोन्ही खोल्यांत वारे खेळत राहिले, मुले हुंदडत राहिली. सकाळची उन्हे रांगत राहिली.

नानांचे सगळे टापटिपीचे असायचे. हयगय, गबाळेपणा, चालढकल त्यांना ठाऊक नव्हती. कामाचा उत्साह अमाप होता. आधीच देखणे, प्रसन्न व्यक्तिमत्त्व, त्यात ही शिस्त. त्यामुळे हा माणूस थोर वाटायचा. त्याने कधी थकू नये, कधी वृद्ध होऊ नये, असे वाटायचे.

पण वर्षे जातातच. ती तशी गेली आणि नाना रेडिओच्या नोकरीतून रिटायर्ड झाले. आता ते काय करतील म्हणून आम्ही काळजी केली, पण नानांनी केली नाही. त्यांनी एक कॅमेरा खरेदी केला. दहा बाय बाराच्या खोलीतच एक तीन बाय तीनची डार्करूम तयार केली आणि फोटोग्राफीचा व्यवसाय सुरू केला. रोज सकाळी

टापटीप पोशाख करून लाल टाय लावून रेडिओत जायचे, तसेच बाहेर जाऊ लागले. पूर्वी स्टुडिओत बंद होते; आता डार्करूममध्ये बंद होऊ लागले. पूर्वी नवशिक्या रेडिओ व्हॉईसला धुवायचे, आता निगेटिव्ह धुऊ लागले. खंत नाही, खेद नाही. तोच उत्साह, तसाच उल्हसित चेहरा.

मी १९५५मध्ये रेडिओत आलो आणि त्याच वेळी नानाही आले. कोणी म्हणाले, ''कै. बा. सी. मर्ढेकरांनी खात्याला लिहिले की, मराठी रंगभमूमीवरचा हा मोठा नट आहे. त्याने रेडिओत इतकी वर्षे नोकरी केली. आता त्यांना जा म्हणून सांगणे योग्य नाही. रेडिओ स्टेशनच्या खात्याने कलावंतांच्या गुणाची कदर केली पाहिजे. त्यांच्याबद्दल सदैव कृतज्ञ राहिले पाहिजे.''

काहीही असो... दिल्लीहून पुण्याला लिहून आले की, चाफेकर हवेत का?

आम्ही म्हणालो, ''आम्हाला हवेत. ग्रामीण कार्यक्रमात आबा म्हणून हवेत.''

...आणि मग पुढे आबा आणि गणपा (श्री. कृष्णराव सपाटे) या जोडीने 'गावकरी फड' जवळजवळ आठ वर्षे कसा गाजवून सोडला.

मुंबईला नाना 'शेजारी' होते. मी लेखनात उमेदवारी करीत होतो, तेव्हा त्यांनी माझ्याकडून रेडिओसाठी श्रुतिका लिहून घेतल्या. पुढे कधी काळी मी रेडिओत जाईन आणि माझ्याच विभागात नाना येतील, असे स्वप्नातही वाटले नव्हते.

'गावकरी फडा'त आम्ही पोरे-पोरेच होतो. नानांच्या येण्याने या विभागाला प्रौढत्व आले. भारदस्तपणा आला. अनुभवांचा केवढा तरी साठा घेऊन नाना आले होते, त्याचा आम्हाला उपयोग झाला.

दिल्लीला, मुंबईला न्यूज आणि ड्रामासारख्या विभागात काम केलेले नाना गावकरी फडाच्या कार्यक्रमाच्या वेळी स्टुडिओत मांडी घालून माईकपुढे बसले की, बदलून जात. खेडेगावातला कोणी चार बुके शिकलेला, सर्वांच्या भल्यासाठी कळकळणारा, सोप्या भाषेत नव्या गोष्टी समजावून सांगणारा असा आपला माणूस बोलतोय, असे श्रोत्यांना तर वाटेच वाटे; पण स्टुडिओच्या बूथमध्ये बसलेल्या अनाउन्सरलासुद्धा वाटे. स्टुडिओ प्यून, म्युझिशिअन्स अशी माणसे कित्येकदा बूथमध्ये उभी राहून गावकरी फडातील आबा-गणपाच्या गोष्टी ऐकत.

''बरं का गणपा, परवा नेहरूंच्या छायाचित्राचा अनावरण समारंभ झाला.''

''छायाचित्राचा?''

''अरे, म्हणजे नेहरूंच्या फोटोचा!''

''मग मला असं मराठीत सांगा की....''

असा विनोद होई अन् स्टुडिओत आणि खेडोपाडी ऐकणाऱ्या श्रोत्यांतही खसखस पिके. रंगभूमीवर, दिव्यांच्या झगमगाटात प्रेक्षकांपुढे राहणारे नाना, रेडिओत आल्यावर स्टुडिओत बंद असत. पुढे केवळ माईक असे; पण गच्च भरलेल्या थिएटरपुढेच ते आहेत, असे त्यांच्याकडे पाहताना वाटे; इतके ते आपल्या आबाच्या भूमिकेत रंगून जात.

टेपरेकॉर्डर घेऊन खेड्यापाड्यांत जायचे आणि शेतकऱ्यांच्या मुलाखती घ्यायच्या, फेराची गाणी घ्यायची, भजन घ्यायचे – हे काम जिकिरीचे. पण नाना उत्साहाने कुठल्याही खेड्यात जात. कधी एस.टी.ने, कधी रेल्वेने, तर कधी बैलगाडीने प्रवास होई. रात्र-रात्र जागून, खेड्यापाड्यांतल्या बुजऱ्या शेतकऱ्यांना नाना बोलके करीत. चुकले-माकले तर त्यांचे बोलणे पुन:पुन्हा रेकॉर्ड करीत. रात्रीचे तीन-तीन वाजले तरी त्यांना कंटाळा नसे. त्यांची ही काम करण्याची पद्धत पाहून आम्ही शरमून जात असू.

'गावकरी फड' म्हणजे थेट जनता संपर्क. रोज स्टुडिओत गर्दी व्हायची ती फेटे-मुंडासेवाल्यांची. भजनी, भारूडवाले, धनगरी ओव्या गाणारे, वाघ्या-मुरळी, जोगती, आराधी, एकतारीवर गाणारे गोसावी, गोंधळी, भराडी, तमाशेवाले – अशांची. पण नाना त्यांना रेडिओचे नियम समजावयाचे. असे बसा, तसे उभा राहा, टाळ कमी वाजवा, दिमडी जरा बाहेरून तापवून आणा – अशा सूचना द्यायचे आणि कुणालाही न दुखवता, स्वत: वैतागून न जाता चांगला कार्यक्रम ब्रॉडकास्ट करायचे.

नाना रंगभूमीवरून गावकरी फडात आले होते. आम्ही विनोदाने म्हणत असू की, दसऱ्याच्या स्वारीत मिरवणारा संस्थानी गजराज सर्कशीत आला म्हणजे त्याला जसे वाटत असेल, तसे नानांना वाटत असेल. नानांना मनोमनी काय वाटत असेल ते असो, पण त्यांनी तसे कधी दाखविले नाही. बोलले तर नाहीतच. ते मराठी नाट्य परिषदेचे अध्यक्ष झाले. सत्कार-समारंभ झाले, फोटो झळकले, भाषणे छापली गेली. हे सगळे झाले आणि काही न झाल्यासारखे नाना आपले पुन्हा गावकरी फडात 'आबा' म्हणून बोलू लागले. आपल्या बारीक, वळणदार अक्षरांत कधी वेळ काढून त्यांनी 'स्मृतिधन' लिहिले. 'वाचून पाहा' म्हणून मला आणून दिले.

वाचून झाल्यावर मी विचारले, ''नाना, प्रसिद्ध करणार का हे?''

''करायचंच की.''

''मग मी माझ्या प्रकाशकांना लिहू का?''

''लिहा.''

'मौज'ने 'स्मृतिधन' प्रकाशित केले. ते गाजले. नानांना सरकारी पारितोषिक मिळाले. आनंदीआनंद झाला.

सन १९६४मध्ये नवे कायदेकानून झाले आणि नाना दुसऱ्यांदा रिटायर्ड झाले. कर्वे रोड ते शिवाजीनगर हे अंतर ते अजूनही सायकलवरून तोडत होते.

रिटायर्ड झाले तरी प्रभात रोडवर दिसायचे. सकाळच्या प्रहरी गरम कोट-मफलर घालून नातवाला पुढे बसवून सायकल मारणारे नाना दिसायचे. आपण हात वर केला की, हसून म्हणायचे, ''आता याची चाकरी करतोय. चाललो शाळेत पोहोचवायला!''

गुरुवारच्या कार्यक्रमाचे लेखन मंगळवारी रात्री पुरे करून नाना गेले. अजून ते रेडिओत नोकरी करीत असते, तर मंगळवारी रात्री आठ वाजता त्यांचा आवाज श्रोत्यांनी ऐकला असता!

''बराय तर मंडळी, आजचा आपला कार्यक्रम संपला. आता आपली भेट उद्या संध्याकाळी साडेसात वाजता... रामराम!''

नाना, तुम्ही पुण्यवान; म्हणून असे पिकले पान गळून जाते, तसे गेलात!

माझ्या घरात खेळली-बागडलेली तुमची लाडकी मुलगीसुद्धा आज रडे आवरून मला म्हणाली, ''नाना अगदी आनंदात गेले!''

■

तळ्याच्या काठी

अगदी भल्या पहाटेच जीप मला घेऊन कॅम्पबाहेर पडली. दोन्ही बाजूंनी बांबूचे दाट जंगल होते. मधून धुरोळ्यांनी भरलेली गाडीवाट होती. दहा-एक मिनिटांत ती वाट गुंडाळून जीप डावीकडे वळली. अगदीच अरुंद, खाचखळग्यांची अशी ही वाट होती. वाटेवर आलेले बांबूचे फोक ओरबाडू नयेत, म्हणून टोप्या दाबून आम्हाला सारखे बसल्या जागी मुरावे लागत होते. जंगल अजून पुरे जागे झाले नव्हते. या वाटेने थोडे-फार आत गेलो की, ड्रायव्हिंग करणाऱ्या माझ्या सोबत्याने मध्येच जीप थांबविली. डावीकडे फुटलेली आणि जंगलात गेलेली पायवाट दाखवून तो म्हणाला, "हे बघ, या पाऊलवाटेने थेट गेलास की, तळे आहे. साडेसहा-पाच झालेत आता. किती वाजता येऊ मी न्यायला? या जागीच येऊन उभा राहा."

क्षणभर विचार करून मी म्हणालो, "ये, साडेनऊ-दहाला."

पाण्याची बाटली, तोस्तान आणि बंदूक घेऊन मी खाली उतरलो. तोंड फिरवून परत जाण्यासाठी थोडी खटपट करून जीप भुर्रकन निघून गेली. समोरच्या वाटेकडे बघत मी उभा राहिलो. एकटे-एकटे वाटले. या अनोळखी जंगलात सहसा एकट्याने पाण्यावर बसायचे नाही किंवा भटकायचे नाही, असा आमचा संकेत होता. न जाणो, काहीही प्रसंग येतो. एकाला दोघे असले, म्हणजे बरे असते.

बंदूक सुधारून मी पायवाट हळूहळू तुडवू लागलो आणि समोरच्या डहाळीवरून एक भलीमोठी तांबडी खार दुसऱ्या डहाळीवर उडी घेऊन पळाली. बेचक्यात शिरली आणि पुन्हा उलटी होऊन माझ्याकडे बघू लागली. अगदी नवशिका शिकारी म्हणून बावन्न साली मी पहिल्यांदा कारवारच्या जंगलात आलो होतो, तेव्हा हौसेने या खारी मी मारल्या होत्या आणि त्यांच्या गडद किरमिरजी रंगाच्या कातड्याच्या पर्स केल्या

होत्या. आज पुन्हा ही खार बघताच मी मनात म्हटले की, हिला नाही एकटे वाटत; मलाच का वाटावे?

तळे खोलात होते. भोवती गर्द झाडी होती. बांबूची बेटे होती. मार्च महिना असल्यामुळे तळ्यात पाणी तुडुंब नव्हते. चिखलच फार होता. पण जागा चांगली होती. जंगलाच्या ऐन पोटात हे तळे असल्यामुळे काहीही जनावर येण्यासारखे होते. एरवी दिवसाउजेडी चुकूनही दृष्टीला न पडणारी डुकरे या जंगलात एकदा सकाळी नऊ वाजता पाण्यावर आलेली मी पाहिली होती.

बराच वेळ बसायचे होते. जिकडून मी आलो, त्या वाटेने जनावर येणार नाही, असा निर्णय मी घेतला आणि दोन सागाची झाडे जवळजवळ होती, त्या बेचक्यात बसलो. एक साग मला आडोशाला उपयोगी होता आणि दुसरा टेकायला चांगला होता. त्याच्या खोडाला पाठीचा रेटा देऊन बसलो. दोन सागाची खोडे आणि मध्ये खाकी कपडे घातलेला मी. मनात निश्चय केला की, असे धोंड्यासारखे गप्प बसायचे की पक्षी येऊन टोपीवर बसला पाहिजे!

समोर दहा-एक यार्डांवरच तळे होते. अगदी त्या टोकाला उघडे रान मागे होते. विशेष दडण नव्हती. त्यामुळे तिकडूनही काही येईल, असे नव्हते. मी बसलो होतो, त्याच्या डाव्या बाजूचा कोपराच महत्त्वाचा होता. दोन-तीन घळी तिकडून येऊन तळ्याला मिळाल्या होत्या. लहान-मोठे काही जनावर आले, तर त्याच दिशेने येणार होते.

मी चोरासारखा गप्प बसून राहिलो. सूर्य उगवून थोडा वर आला. कोवळ्या उन्हाचा एक पट्टा आला आणि माझ्यासमोरचे पाणी चमचमू लागले. मग कुठून तरी

दोन ढोक पाखरे पंखांचा आवाज करीत आली आणि माझ्यासमोरच पाण्यात जुने झाड पडले होते, त्यावर उतरली. माना लांब करकरून त्यांनी चारी दिशांना पाहून घेतले आणि इथे काही धोका नाही, अशी समजूत करून घेऊन उद्योगाला लागली. उन्हाला बसून पंख साफ करू लागली. त्यांची मुक्कामाची जागा कोठे होती आणि किती प्रवास करून ते इथे आले होते, याची कल्पना मला येईना. पण त्यांची खाण्यावर वासना नव्हती. उंच पाय चिखलाने भरलेले होते. अगदी सकाळी-सकाळी कुठल्या तरी दलदलीच्या भागात ते जोडपे हिंडून आले असावे.

अंग साफ करण्याचे त्यांचे काम इतक्या एकाग्रतेने चालले होते की, माझे धोंड्यासारखे गप्प बसणे अगदी सार्थ झाले आहे, याची मला खात्री वाटली. आवाज कसलाच नव्हता. मग पुन्हा पंखांचा आवाज आला आणि एक पंचरंगी कवड्याची जोडी अगदी माझ्या पुढ्यातच येऊन उतरली. यांच्या मानेवर रंगीत ठिपके होते व पाठीवर मोराच्या रंगाचे सुरेख पंख होते. असले कवडे मी यापूर्वी कधी पाहिले नव्हते. त्यांनीही उतरताक्षणी सावधपणे इकडे-तिकडे पाहून घेतले. एखादे बाऊल, एखादा ऊद इथे कुठे दबा धरून बसला नाही ना, याची त्यांच्या परीने खात्री करून घेतली आणि माना खाली करून जनावराचे खूर रुतून त्यात साठलेले चुळकाभर पाणी पिऊन घेतले.

त्यापाठोपाठ भरारत आणखीही दोन जोड्या आल्या. तळ्याच्या ओल्या दलदलीत काठावर त्यांच्या पायांची नक्षी उठू लागली. हे सगळे माझ्या पुढ्यातच चालले होते. अजून काही जनावर मात्र पाण्यावर आले नव्हते. माझी दृष्टी सारखी डाव्या बाजूला होती. सगळे वातावरण नि:शब्द होते.

एवढ्यात खस्पस असा आवाज माझ्या कानांवर आला. डोळ्यांच्या कोपऱ्यांतून मी उजव्या बाजूला दृष्टी टाकली. पालापाचोळा सगळीकडे पसरलेला होता. माझ्यापासून पाच-सहा फुटांवर वाळली पाने हलत होती. त्यांच्या खालून कोणी तरी माझ्या दिशेने पुढे-पुढे येत होते. कोण बरे असावे? हलणाऱ्या पानांवर दृष्टी ठेवून मी पाहत होतो. हलणाऱ्या पानांत आणि माझ्या अगदी फूटभर अंतर राहिले; तरी हा प्राणी काय आहे, हे दिसेना.

हलणारी पाने एकविती-दीडवितीपेक्षा जास्त नव्हती. तेव्हा हा सर्प नाही, हे माझ्या तेव्हाच ध्यानात आले होते. पण पाने उकरीत-उकरीत हे प्रकरण जर माझ्या बुडाखालीच आडोसा मागू लागले, तर धडगत नव्हती. माझे धोंड्यासारखे बसणे माझ्याच अंगावर बेतले असते. शेवटी हा अगदी काही इंचांवर आला आणि सोनेरी रंगाचे गुळगुळीत, चकचकीत असे डोके वर उचलले गेले.

अरे लेका, हा गणा! सापसुरळी. हिचे इथे काय काम? मान वर करकरून आपल्या मण्यासारख्या डोळ्यांनी तिने पाहून घेतले. समाधान झाल्यावर पुन्हा पानांत

बुडी घेतली. लांबपर्यंत पाने हलताना मला दिसत राहिली.

मग डोक्यावर काही आवाज झाला. डोळा वर करून पाहिले, तर ज्या सागाच्या झाडाचा मी आडोसा घेतला होता, त्याच खोडावर एक सुतारबुवाजी दिसले. ते हिंडून-फिरून आले होते आणि अर्धवट राहिलेले घराचे काम आता नेटाने सुरू करावे, अशा विचारात होते. खाली मी आहे, हे त्यांच्याही ध्यानात आले नाही. लवकरच त्यांनी बैठक जमवली आणि टाँग टॉकऽ टाँग टॉकऽ असा ठेका सुरू केला. माझे मनोरंजन ठीक चालले होते; फक्त शिकारीचा पत्ता नव्हता. समस्त जनावरांना आज निर्जळी होती की काय, कोण जाणे! मग दूरवर कोठे रानकोंबडा ओरडू लागला. कोकोक्ऽऽ क्व!

हा आवाज हलके-हलके तळ्याच्या दिशेने जवळजवळ येऊ लागला. रानकोंबडा ही मोठी बाजिंदी जात आहे. पायी फिरून तो मारीन म्हटलं, तर भल्या-भल्या शिकाऱ्यांची अब्रू जाते. मोर जसा अनंतचक्षू, तसा हा कोंबडा अनंतकर्ण आणि विजेसारखा चपळ... दुर्लभच तो. अनायासे पाण्यावर येतो आहे. टप्प्यात आला, तर फटकावा का?

पण मग मोठ्या शिकारीची आशाच नको. छे, पाण्यावर बसून कोंबडे मारायचे म्हणजे काही खरी गोष्ट नव्हे. वाघाच्या शिकारीला जाऊन ससा मारण्याचा हा प्रकार आहे. बघू या तरी!

आवाज जवळ-जवळ आला. अगदी जवळ आला आणि बंद झाला.

मी होरा केला होता, त्याच दिशेने कोंबडा आला होता. अत्यंत सावधपणाने, झाडाझुडपांचा आडोसा घेत-घेत तो तळ्यात उतरला. मान काढून-काढून त्याने चहूदिशेला पाहिले. थोडा थांबला. मग भसूकन पुढे झाला आणि कडेला साठलेल्या एवढ्याशा पाण्यात चोच बुडवल्यासारखी करून पुन्हा इकडे-तिकडे बघू लागला. मी म्हणालो, याचे पाणी पिणे तर होऊ द्या. बार टाकावा, असा मनाचा निश्चय नव्हताच. पण इतक्या जवळ, इतका नीट दिसणारा कोंबडा बघून वाटले, नुसती निशाणी तरी घेऊ. मग अगदी सावकाश मी बंदूक मांडीवरून उचलली. अर्ध्या-अर्ध्या इंचाने वर घेतली आणि खांद्याला जोडली.

'कावऽ कावऽ कावऽऽ' असा केवढ्याने तरी ओरडा झाला.

तो कोंबडा क्षणार्धात नाहीसा झाला. ते कवडे फडफडून उडाले, ते ढोक बगळे ओरडा करीत नाहीसे झाले, तो सुतार पळाला... क्षणार्धात धावाधाव झाली.

सगळे तळे नि:शब्द झाले. या कावळ्यांनी मला कोठून बरे पाहिले, म्हणून मी वर दृष्टी फिरविली; तर पंचवीसएक फूट उंचीच्या एका बांबूवर हे जोडपे साळसुदासारखे बसून होते. जणू काहीच घडले नाही; आपण त्या गावचेच नाही! म्हणजे मी मारे

स्वत:वर जेव्हा खूश होतो की, मी अगदी धोंड्यासारखा निश्चल बसलो आहे, मला कोणीही पाहिलेले नाही, ओळखलेले नाही; तेव्हाच या हुशार कावळ्यांनी मला हेरले असावे आणि जंगलातील आपल्या भाईबंदांना इशारा देण्यासाठी ते टेहळणी करीत वर बसले असावेत. बंदूक मांडीवर ठेवून मी जेव्हा स्वस्थ बसून होतो, तेव्हा तेही स्वस्थ बसून होते. मी बंदूक उचलताच त्यांनी 'दगा, दगा' असा ओरडा केला.

बघू या तरी, म्हणून मी काही वेळ काढला. पुन्हा कोंबड्याचे ओरडणे ऐकू आले. दुसरा कोंबडा सावधपणे त्याच दिशेकडून पाण्यावर आला. आता या खेपेला मोठ्या शिकारीची हाव न धरता कोंबडा फटकावयाचा आणि तंगड्याला धरून कँपवर न्यायचा, असा मी निश्चयच केला होता.

कोंबडा तळ्यात उतरण्याआधीच मी बंदूक सुधारली आणि नेमक्या त्या क्षणी दोन्हीही कावळे ओरडले – दगा... दगा... दगा...! तळ्यात पायही न टाकता तो कोंबडा मागच्या मागे नाहीसा झाला. कावळे पुन्हा गप्प बसून राहिले.

माझी खात्रीच झाली की, हे चांडाळ आज माझा बार होऊ देणार नाहीत. इथे बसण्यात आता अर्थ नाही. वाटेल तेवढा आवाज होऊ देत मी उभा राहिलो आणि सगळ्या वस्तू गोळा केल्या. साडे-आठच झाले होते. रमत-गमत जावे, म्हणून मी पायी-पायीच परत यायला निघालो, तर ते कावळ्याचे जोडपे माझ्या डोक्यावरून ओरडत येतच होते. अगदी कँपपर्यंत त्यांनी माझी पाठ सोडली नाही.

आता मी कोंबडा मारला असता काय किंवा चितळ, डुक्कर मारले असते काय; यांचे काय जात होते? यांना सुतक थोडेच येणार होते? नसती उठाठेव का? मरो लेकाचे, म्हणून आपल्या कामाला लागायचे.

आम्ही असेच करतो....!

फ्रेंच न येण्याचा प्रकार

कोणतीही नवी भाषा शिकणे आणि तीही महिन्या-दीड महिन्यात, ही किमया मला मुळीच साधण्याजोगी नव्हती. तरीही मी फ्रेंच भाषेशी जमेल तेवढी कुस्ती केली, पण काहीही साध्य झाले नाही. नर्मदेतल्या गोट्याप्रमाणे मी कोराच राहिलो.

मनात म्हटले, नाही तरी फ्रेंच लोकांना थोडे-फार इंग्रजी येत असेल. नाही तिथे हातवारे, खाणाखुणा करू; फार तर चित्र काढून काम भागवू. काही वाक्येही माहीत करून घेतली होती.

भेटेल त्याला आधी विचारायचे, 'पार्ले ऊ आंग्ले?'

'वी मस्यू –! वी.'

एवढे उत्तर झाले की, पुढे सगळे सोपेच.

ग्रनोब्लला पोहोचलो. कार्यक्रमाची गर्दी सुरू झाली. मला पाहुणा म्हणून घरी ठेवून घेणारे शबाना पती-पत्नी नोकरदार होते. सकाळी सात वाजता ते जोडीने बाहेर पडत आणि संध्याकाळी सात वाजता घरी परत येत. गावाबाहेर असलेल्या आपल्या फ्लॅटची एक किल्ली त्यांनी माझ्याकडे देऊन ठेवली होती. पण पहिले दोन दिवस त्यांचा व माझा कार्यक्रम असा जमून गेला की, त्यांच्याबरोबर मी बाहेर पडलो आणि संध्याकाळी ते परत आल्यावर आठ-सव्वाआठच्या सुमाराला परत आलो. त्यामुळे चावीचा काही उपयोग करावा लागला नाही.

तिसऱ्या दिवशी त्यांना घरी परतायला उशीर होणार होता. कुठे पार्टीला जायचे होते. रात्री दहाच्या पुढे आम्ही परत येऊ, असे त्यांनी मला सांगितले. संध्याकाळी

परस्पर बाहेर जेवण घेऊन यावे, असे मी ठरविले आणि तिघेही बाहेर पडलो.

त्या दिवशी कधी नव्हे तो सगळा कार्यक्रम लवकर संपला आणि माझे सगळे स्नेही-सोबती कुठे-कुठे निघून गेले. एवढ्या लवकर घरी जाऊन तरी काय करायचे आहे, म्हणून मी 'प्लस ग्रनाट'कडे गेलो.

रस्ता मधेच बंद करून लोकांना बसण्यासाठी केलेले हे उघड्यावरचे कॅफे चिक्कार भरून गेले होते. कोनॅकचे घुटके घेत काही वेळ मी रेखाचित्रे काढीत बसलो आणि संध्याकाळ झाली, तसा उठून दोन्ही बाजूंना असलेल्या कॅफेंपैकी एका कॅफेत गेलो. फ्रेंच कॅफेत जाण्याचा हा माझा पहिलाच प्रसंग. प्रथम मेनूकार्ड पाहिले. त्यातील एकही पदार्थ समजला नाही.

ग्रनोब्ल हे तसे जगातील विद्यार्थ्यांचे माहेरघर आहे. माझ्या उजव्या हातालाच बारच्या काऊंटरला गोल स्टूलावर एक लंबाटा आफ्रिकन पोऱ्या बसलेला होता. काही नाही तरी इथल्या वेटर्सना बॉईल्ड चिकन, राईस आणि सॉस माहीत असेल, अशा कल्पनेने मी एका वेटरला खूण केली. मुळात आपल्याकडे सरकारी ऑफिसर घालतात, तसा बंद गळ्याचा कोट प्रत्येक वेटरच्या अंगावर बघून मी थोडा नर्व्हस

झालो होतो. (माझ्या अंगातही तसाच कोट होता.) त्यात वेटरला हलकेच विचारले, "पार्ले ऊं आंग्ले?"

तर झुरळ किंवा पाल अंगावर पडताच चेहरा करावा, तसा चेहरा करून तो जोरात म्हणाला, "नो, नो."

"ठीक, आय वाँट बॉईल्ड चिकन...."

पुन्हा कपाळावर आठ्या, चमत्कारिक चेहरा.

"चिकन?"

"येस, बॉइल्ड चिकन राईस...."

"राईस?"

"येस, राईस अँड व्हाइट सॉस!"

त्याच्या चेहऱ्यावरून मला कळले की, त्याला काहीही बोध झालेला नाही. मग त्याने आपल्या दोस्ताला बोलविले. तो गलेलठ्ठ आणि बारीक डोळ्यांचा होता. तो माझ्या टेबलापाशी वाकून म्हणाला, "मस्यू?"

आजूबाजूच्या गिऱ्हाइकांचं लक्ष माझ्याकडे वेधल्यामुळे मी जरा जास्तीच नर्व्हस झालो होतो. तरीपण त्याला बोलावून आणले आहे, त्या अर्थी तो आंग्लभाषा-तज्ज्ञ असावा, असे वाटून शक्यतो हळू आवाजात मी पुन्हा म्हणालो, "डु यू नो, चिकन?"

त्याने डोळे बारीक केले. ओठ मुडपले. "चिकन?"

मेलो!

"राईस."

"राईस?"

मी हतबुद्ध झालो.

मग हा वेटर तत्परतेने गेला आणि तिसऱ्या वेटरला घेऊन आला. वर्णावरून तो अल्जेर वाटत होता. पण त्यानेही वाकून म्हटले, "मस्यू?"

"बॉइल्ड चिकन सिल्वु प्ले!"

यावर खांदे उडवून, हात पसरून म्हणाला, "झनसे पा!"

आता मात्र मी हैराण झालो. टेबलावरचा टेबलक्लॉथ होता. त्याच्यावर कोंबडीचे चित्र काढले, पण भात कसा काढणार? सरळ उठावे आणि चालू लागावे, असे वाटले.

तेवढ्यात माझ्या अगदी बाजूला तिघे जण बसलेले होते. एक स्त्री होती, एक पुरुष होता आणि त्यांच्यासमोर त्यांचा कोणी पाहुणा होता. आमचे इतका वेळ चाललेले बोलणे त्याने बहुधा ऐकले असावे. सहा फूट उंच, देखणा, निळा गडद सूट आणि तांबडा टाय लावलेला तो गृहस्थ जागचा उठून माझ्या टेबलाशी आला

आणि उत्तम इंग्रजीत त्याने विचारले, "सर, व्हॉट वुड यू लाईक टु ईट?"

मला विलक्षण आनंद झाला.

"बॉइल्ड चिकन अँड राईस."

"येस, अँड हाऊ अबाऊट वाइन, सर?"

"हाफ बॉटल ऑफ वाइन...."

"येस, थँक्यू."

माझ्या टेबलाभोवती गोळा झालेल्या तिघाही वेटर्सच्या चेहऱ्यावर विलक्षण उत्सुकता होती. जणू काही मी सांगत होतो, तो पदार्थ म्हणजे उकडलेला माणूस, भाजलेला हत्ती वगैरे काही तरी अजब असावे. त्या भल्या गृहस्थाने फ्रेंचमधून हे पदार्थ सांगताच वेटर्सचे चेहरे बदलले. 'हात्तेच्या' असे चेहरे करून ते गेले आणि कठीण प्रसंगी धावून आलेला तो देखणा फ्रेंच पुरुष पुन्हा आपल्या मित्र-मैत्रिणींशी बोलत बसला.

वेटरने ब्रेडची टोपली, वाइनची बाटली, उकडलेली कोंबडी आणि भात – सगळे आणून मांडले. मी जेवू लागल्यावर पुन्हा तो गृहस्थ उठून आला आणि अदबीने मला म्हणाला, "सर, आर यू ऑल राइट नाउ? डिड यू गेट एव्हरीथिंग यू वाँटेड?"

"येस, थँक्स."

सामान्यत: फ्रेंच माणूस घुम्या असतो, असे मी ऐकले होते. हा अनुभव येताच मला वाटले की, फ्रेंच माणसे फारच दयाळू आहेत. एरवी कोण, कुठला हा गृहस्थ, त्याला माझ्या मदतीला धावून येण्याची काय गरज होती?

जराशाने काही पेय घेऊन, खाऊन ते जोडपे उठले; तसा माझा उपकारकर्ता उठला आणि त्यांच्याबरोबर बाहेर न पडता, त्यांना निरोप देऊन मॅनेजरच्या टेबलाकडे गेला. मोकळ्या खुर्चीवर बसला आणि माझ्या ध्यानी आले की, हे गिऱ्हाईक नव्हे; तर कॅफेच्या गल्ल्यावर बसणारा मॅनेजर म्हणा, मालक म्हणा – तो हाच!

आता पुन्हा कधी या कॅफेत आलो, तर वेटरऐवजी या मॅनेजरकडे जाऊन जेवणाची ऑर्डर द्यायची.

जेवण झाले. थोडा वेळ बागेत बसलो. आणखी थोडा वेळ दुकानाच्या काचांना नाक लावून वस्तू पाहिल्या आणि मग बसमधून घरी गेलो.

दुसऱ्या मजल्यावर अंधार होता, म्हणजे शाबाना आलेले नव्हते.

मी बंदोबस्ताने ठेवलेल्या किल्ल्या काढल्या आणि चावी फिरविली; पण ती फिरेना आणि दार काही उघडेना. मी नाना प्रकार करून पाहिले – अशी फिरव, दाब, बाहेर ओढ, तशी फिरव; सारखा विलक्षण मोठा आवाज मात्र होत राहिला. हैराण

झालो. घड्याळात पाहिले, तर साडे-आठ वाजले होते. आता मध्यरात्रीपर्यंत वेळ तरी कुठे काढायचा? बरे, गावात पुन्हा जायचे चार-पाच मैल. पुन्हा बस. वैतागून पुन:पुन्हा प्रयत्न करीत राहिलो.

... आणि या फ्लॅटचे दार न उघडता, त्याच्या समोरच्या फ्लॅटचे दार उघडले. दोन दणकट फ्रेंच पोरे, एक पोरगी, तिची आई – असे सगळे दाराशी येऊन बघू लागले. मी कोणी तरी भयंकर माणूस आहे आणि दुसरे घरी नसताना दार फोडून इथल्या चीजवस्तू लांबविण्याचा प्रयत्न करतो आहे, याबद्दल त्यांची खात्री झालेली होती. त्यांचे चेहरेच सांगत होते. दाराचा आडोसा सोडून पुढे येण्याची त्यांची हिम्मत होत नव्हती. न जाणो, मी रिव्हॉल्व्हर झाडले आणि पळालो, तर?

चेहरा बापुडवाणा करून मी खुलासा केला, "आय कान्ट ओपन धिस डोअर; वुड यू प्लीज हेल्प मी?"

चमत्कारिकपणे माझ्याकडे पाहत पोराने मान हलविली, "नो."

मी काय म्हणतो आहे, हे कुणालाच कळलेले नाही, एवढे मला कळले. हातातली किल्ली दाखवून भाषेच्या जोडीला मी खाणाखुणा केल्या, "आय ॲम हिअर वुईथ शाबानाज ॲज देअर गेस्ट. दे वुईल बी कमिंग लेट टु नाइट."

माझ्या खुलाशाचा काही परिणाम झाला नाही. समोरच्या पोराकडे बघून मी कसनुसा हसलो. तो मुळीच हसेना. त्याची आई तत्परतेने काही वेगळा विचार करू लागली.

या सबंध नव्या इमारतीत फोन नव्हता. पण खाली उतरल्यावर ऑफिसमध्ये होता. त्या बाईच्या नजरेवरून मला कळले की, आता खाली जाऊन गुपचूप पोलिसांना फोन करावा, असा दुष्ट विचार तिच्या मनात आलेला आहे.

मी चांगलाच हादरलो. मी फ्रान्स पाहायला आलो होतो; पण फ्रेंच तुरुंग पाहण्याचा माझा बिलकूल मनोदय नव्हता. या लोकांनी चोर समजून माझे पारिपत्य करण्याअगोदर मला या जागेतून पळ काढला पाहिजे.

मनातील गोंधळ चेहऱ्यावर दिसू न देण्याचा प्रयत्न करीत मी जिन्यावर ठेवलेली माझी कातडी बॅग उचलली आणि किल्ल्या खिशात टाकून लिफ्टमध्ये न शिरता जिना उतरलो. धावत-धावत तो पोरगा मागून आला. मी वळून पाहिले, तो रोखून पाहत होता.

मी हसलो, तो गंभीर राहिला. मग त्याने हात पुढे केला. मी मोकळ्या हातात तो घेतला. चट्‌कन तो सोडवून घेऊन तो 'किल्ली द्या' म्हणून खुणा करू लागला.

कशाला? तरी मी दिली. 'या' अशी खूण करीत तो वर गेला.

... आणि त्याने किल्ली लावली. एकदा, दोनदा फिरविली, दाबली आणि पुन्हा फिरविली आणि काय आश्चर्य! टक्‌कन दार उघडले.

मी म्हणालो, ''मेर्सी, मेर्सी बोकू!''

तरी त्या सगळ्या फ्रेंच कुटुंबाचे चेहरे गंभीर राहिले आणि मी पाहत असतानाच दाराआड होऊन दार बंद झाले!

सकाळी ब्रेकफास्ट घेताना शाबाना पती-पत्नींना ही हकिगत मी अत्यंत नाट्यपूर्ण पद्धतीने सांगितली. हसता-हसता चेहरा गंभीर करून मिस्टर शाबाना म्हणाले, ''ओ, द फॉल्ट इज अवर्स. लॉक इज बिट डिफिकल्ट टु ओपन. वुई शुड हॅव एक्सप्लेण्ड इट् टु यू.''

...आणि शाबाना डोळे मोठे करून तोंडाचा चंबू करून म्हणाल्या, ''दॅट्स व्हॉय यू शुड लर्न फ्रेंच!''

शाबानांचे म्हणणे उचित होते, तरीही माझ्या मनात विचार आला की, फ्रेंच वेटर्सनी थोडेसे इंग्रजी का शिकू नये?

■

विरोळा

एका श्रावण महिन्यात सुट्टी घेऊन मी माडगूळला गेल्यावर गोविंदा रामोशी म्हणाला, ''तात्या, तुम्ही सरावन महिन्यामधी येता आनि आमचा जीव फार कळकळतो.''

''का बरं?''

''आम्हांपैकी कैक जणं सरावन पाळत्यात. उपास आसतो आनि तुम्ही हतं येऊन शिकार मारता. ती काही आमच्या मुखात जात नाही.''

मला श्रावणमास प्रिय होता. बंदूक खांद्याला अडकवून चार रामोश्यांच्या पोरांबरोबर राने-वने धुंडाळण्यात आनंद होता. श्रावणमासात माणदेशची वैराण भूमी हिरवी, पोपटी झालेली असे. ओढे, नाले, नदी तुडुंब असे. गार वारा असे. मधूनच झिमझिम पाऊस येई. मधूनच पिवळेधमक ऊन पडे. रानात मक्याचा हुरडा, काकड्या असत; घरात वरचेवर पुरणपोळी असे. सुट्टीत माणसाला आणखी काय लागते?

''मग गोविंदा, शिकार राहू देऊ आपण; उगीच श्रावणात पाप कशाला?''

''तसं कसं? रानात फिरलो नाही, तर काही मज्जा नाही. या खेपेला मी एक शिकार आणलीय. चोपडीच्या ओढ्याला बघा एक मोठा दांड विरोळा मातलाय. गावच्या लोकांना तो ओढा पार करू देत नाही. माणूस पाण्यात उतरून निम्म्यावर आलं की, सळसळ करीत धावून येतोय अंगावर. माणूस एकटं-दुकटं फिरेनासं झालंय ओढ्याकडे.''

''गोविंदा, विरोळा हे जनावर ते काय – आणि उभ्या गावानं त्याची दहशत घ्यावी? हातात धोंडे घेऊन दहा-पाच पोरं दिवसभर ओढ्याकाठी हिंडली, तर सहज

पुरा करतील की त्याला. विरोळा मारायला बंदूक कशाला? कांद्याला बिसमिल्ला!''

''अहो, त्या ओढ्याला पानकणसं फार. जागोजागी दडण आहे. एकटादुकटा माणूस ओढा ओलांडायला लागला की, त्याच्या पायानं पाणी वाजतंय; तसं हा धावून अंगावर येतोय. माणूस रडत-वरडत पळतंय गावाकडं.''

''मग तुझं म्हणणं काय?''

''मी म्हणतो, आपण न्याहारी करून निघू या हितनं आणि कुटं त्यो बहादूर आहे, ते बघून देऊ दणका ठेवून. गावाची भीती तरी जाईल!''

आता विरोळा हा काही विषारी सर्प नाही. नदीनाल्यात, दगडांच्या खाणीत साठलेल्या डबक्यातसुद्धा विरोळे दिसतात. मोठ्यांत मोठा विरोळा तीन फूट. गोविंदा म्हणतो की, वावभर लांबीचा आहे. म्हणजे ती बहुधा मादी असणार. नरापेक्षा मादी लांबीने (११०० मि.मी.) जास्त असते. पाण्याबाहेर विरोळ्याला धड चालत येत नाही. अगदी बुजरी जात. हां, एक मात्र आहे – कचाट्यात सापडलेला विरोळा घाण दर्प सोडील, लघवी करील आणि कडकडून चावासुद्धा घेईल.

अंगावर धावून येतो वगैरे समजुती भीतीपोटी आलेल्या. या ओढ्यात गुडघाभर पाणी नेहमी असते. पानकणसे, लव्हाळी माजलेली आहेत. त्यांत राहणारा विरोळा जाता-येता चारचौघांनी पाहिला असेल. तरी मी म्हटले, जाऊ. ओढ्याकाठी हिंडू.

गेलो. रामोश्याची पोरे धीट होती. हातात दांडकी घेऊन ती पायाने आवाज करीत पाण्यातून पलीकडे गेली आणि पलीकडून अलीकडे आली. चोपडीच्या लोकांच्या अंगावर धावून येणारा विरोळा कुठे तरी दडी मारून बसला होता. गावातल्या कुणा माहितगाराला ठिकाणा पुसावा, अशी सूचना मी केली, तेव्हा गोविंदा म्हणाला, ''नका तात्या, सगळं गाव मज्जा बघायला हितं जमंल. गावात काही बातमी लागून उपेगी नाही.''

''सासुरवाडीचा पाहुणचार घ्यायचा होता तुला, म्हणून आम्हाला आणलं काय इकडं?''

''गळ्याची आण! नाही. सुटली बोला. अहो, आमचा पाव्हणा शनवारी बाजाराला आला होता. तो म्हणाला, तात्यास्नी ही बातमी द्या आणि तेवढा विरोळा हाणा. लई ताप झालाय त्याचा.''

''मग आता काय करू या?''

'''मला वाटतंय, ती जात पोहणीला लागून खाली डोहाला गेली. एवढा मोठा सर्प उथळ पाण्यात राहणार नाही. त्याचं घर डोहात असणार. खाली डोह आहे. मी तिथे तुम्हाला एका झाडावर बशिवतो. गप्प बसून नजर ठेवा. उन्हाला त्यानं तोंड बाहीर काढलं की, द्या दणका ठिवून.''

मी मनात म्हणालो, भले विरोळ्यानं नाही तोंड दाखविलं, एखादा बऱ्या

आकाराचा मरळमासा तरी घोटाला वर येईल, तो मारू आणि गोविंदाचा श्रावण मोडतो का पाहू.

डोहाकाठी एका करंजाच्या झाडावर मला बसवून गोविंदा आणि पोरे बातमी काढण्यासाठी आपल्या पाहुण्याकडे गेली. डोहातल्या पाण्यातून नजर लावून मी बसून राहिलो. हळूहळू ऊन तापले. खालचे पाणी स्वच्छ दिसू लागले.

लहान बेडक्या जागोजागी डोळे वर काढून बघत होत्या. पाननिवळे किडे स्केटिंग करीत होते. मधूनच एखादं वाळकं पान गिरगिरत खाली पडे. वर्तुळे उठत आणि लहान माशांची झुंडच्या झुंड तळाकडून वर येई.

बसून-बसून मी कंटाळलो. आता उतरून गावात जावे, असे वाटू लागले. हातभर विरोळा मारण्यासाठी किती वेळ वेड्यासारखे बसून राहायचे? लोकांत घबराट काय, कशानेही होते. त्यात या देशातले लोक हा सर्प हजारो वर्षे पाहत आहेत, तरी त्याच्यासंबंधी किती अज्ञान, किती भाबड्या समजुती आणि केवढी धास्ती! विरोळा हा विषारी साप नाही. तो धावून आला – तर काय करील? समजा, चावला, तरी काय होईल?

असे काहीबाही मी म्हणतो आहे, तेवढ्यात खाली चुबुक्ऽ चुबुक्ऽ आवाज आला. निरखून पाहिले, तर लव्हाळ्याच्या बेटाकडेच हालचाल दिसली. विरोळाच होता. थोडासा पाण्याबाहेर दिसला की, सहा नंबरचे काडतूस नेमके डोके धरून मारावे, असा हिशेब केला. तेवढ्यात मानेची लिव्हरसारखी ॲक्शन करून विरोळ्याने हल्ल्याची तयारी केली. काय बरे असावे?

शेवाळ्याखाली असलेला लव्हाळ्याच्या मुळ्यांतून पाठशिवणी खेळणारा डोकरामासा तेवढ्यात विरोळ्याच्या तडाख्यात सापडला. झडप घालून विरोळ्याने त्याला तोंडात घेतला. जिवंत डोकरा फडफडू लागला. माशाला ओरडता आलो असते, तर त्याच्या आकांताने डोह दणाणला असता.

आता डोकरा हा गोड्या पाण्यातला फार चिवट मासा. तो मरता मरत नाही. कोळ्याच्या जाळ्यात सापडला, तरीही पाण्यात शोक करणाऱ्या आपल्या बायकोला तो म्हणतो, "अगं, धीर सोडू नकोस. मी तव्यावरूनसुद्धा माघारी येईन, तुला भेटेन."

हाताची तीन बोटे जुळविली, तर जेवढी होतील; तेवढ्या जाडीचा हा डोकरा. पण तो असा काही फडफडाट करीत होता! विरोळ्याच्या जागी मी असतो, तर त्याला टाकून देऊन मोकळा झालो असतो. पण विरोळा भुकेलेला होता. डोकरा गिळल्याशिवाय त्याची भूक शांत होणार नव्हती.

मग विरोळा काठाच्या दिशेने सरासरा निघाला. बरेच पाणी असले म्हणजे

एखादी वस्तू पाण्याला न लावता जशी ती डोक्यावर धरून ओढा पार करतो, तसा विरोळ्यानं डोकऱ्याला पाण्यावर धरला होता. विरोळा काठाशी गेला.

दुपारच्या उन्हाने वाळू चांगली तापलेली होती. गलोलीचे रबर ताणून खडा सोडावा तसा विरोळ्याने डोकऱ्याला वाळूवर सोडला. आपले रुपेरी पोट दाखवीत तो तापल्या वाळूवर फडाफडा उडू लागला. पाण्यातून डोके काढून विरोळा बघत होता, मी झाडावरून बघत होतो. असा उडत-उडत डोकरा पाण्याजवळ आला. आणखी एका उडीत तो पाण्यात गेला असता आणि थेट बायकोला भेटला असता. पण तेवढ्यात विरोळ्याने त्याला पुन्हा उचलला आणि वाळूवर टाकून दिला.

हलके-हलके डोकऱ्याचे उडणे थांबले. तोंड उघडे टाकून तो गप्प पडून राहिला. विरोळा सळ्कन अर्धवट पाण्याबाहेर आला आणि मान लांबवून त्याने डोकऱ्याला तोंडाकडून धरलं. अधाश्यासारखे गीळ-गीळ गिळले. डोकऱ्याचे अंग दिसेनासे झाले. खाऊन-पिऊन सुखी विरोळा डोहात शिरला. चोपडीच्या गावकऱ्यांना दहशत घालणारा तो कालियाचा वंशज (तोच कशावरून?) डोहात फिरून दिसेनासा झाला.

रामोश्याची पोरं, पाहुणचार खाऊन गावातून आली, तेव्हा मी करंजाच्या सावलीला गडद झोपलो होतो.

"काय झालं हो तात्या?"

लटकेच म्हणालो, "काही दिसलं नाही गड्यांनो."

गोविंदा हसून म्हणाला, "कशाला दिसंल? गेल्या बुधवारीच आमच्या पाव्हण्यानं धोंडं घालून मारलाय की तो विरोळा."

■

माकडास पाहून–

सकाळी नऊ वाजता घरापुढच्या रस्त्यावरून डिग्ऽ डिग्ऽ डिग्ऽ असा कुडबुड्याचा आवाज ऐकू आला; म्हणून मी खिडकीतून डोकावलो, तर आपला सगळा धंदा सायकलवर लादून कोणी माकडवाला चाललेला होता.

एक लहानशी लाकडी हातगाडी त्याने सायकलच्या कॅरेजला आडवी बांधली होती. त्याचा हुप्प्या माकड – देवजी धसाडे, याला त्याने डबलसीट घेतले होते. लहानखुऱ्या अंगाची भागाबाई माकडवाल्याच्या खांद्यावर तोल सावरीत बसली होती आणि डाव्या हाताने सायकलचा तोल सांभाळीत माकडवाला कुडबुडे वाजवत होता... डिग्ऽ डिग्ऽ डिग्ऽ डिगर्रऽ डिगर्रऽऽ....

ही हिंडती-फिरती सर्कस आज इकडे कुठे, म्हणून मी बाहेर येऊन पाहत उभा राहिलो.

मला पाहून माकडवाल्याने एक पाय लांबवून जमिनीवर टेकविला, सायकल थांबविली आणि खास कमावलेल्या आवाजात विचारले, "काय साहेब, खेळ करायचा का?"

तोवर घरातील मुलेही बाहेर आली होती. ती टाळ्या पिटून म्हणाली, "करायचा, करायचा!"

घरात मुले आहेत, हे बघून माकडवाल्याला धीर आला. तो सायकलवरून उतरलाच.

मी विचारले, "अरे, पण तुझी बिदागी काय?"

"ऐंशी पैसे द्या सायेब!"

बाटा कंपनीच्या पादत्राणासारखी त्याने अडनाडी किंमत का सांगितली, हे मला

कळले नाही.

"बरं, देऊ ऐंशी पैसे. होऊन जाऊ दे खेळ.''

माकडवाल्याने स्टँड पाडून फाटकाशी सायकल उभी केली आणि प्रथम ती खेळातली हातगाडी सोडली. दरम्यान भागाबाई आणि देवजी यांच्या गळ्याच्या साखळ्या त्याने पायांखाली धरल्या होत्या. ती दोघे दोरीशी ओढ घेऊन रस्ता शोधीत होती.

माकडवाल्याने अंगणात येऊन मध्यभागी बैठक मारली. जवळ पोतडी होतीच. देवजीच्या गळ्याला असलेल्या दोरीला हिसके देऊन हातातील काठीच्या धाकावर हवे ते काम करून घेण्याचा माकडवाल्याचा इरादा दिसला.

दोन्हीही माकडे फार त्रयस्थासारखी वावरत होती. त्यांना या खेळात स्वारस्य नव्हते. लोकांपुढे येणे, हशा-टाळ्या घेणे या गोष्टींचा त्यांना मुळीच तेगार नव्हता. त्यांची दृष्टी अंगणभर भिरभिरत होती. रांगत्या पोरांना जसे जमिनीवर सांडलेले काहीबाही लगेच दिसते आणि ते तोंडात घालण्याची घाई होते, तसे त्यांचे चालले होते.

कुडबुड्याचा आवाज ऐकून शेजारपाजाऱ्यांची आठ-दहा मुले आता अंगणात गोळा झाली होती. आणखी काही येत होती. प्रेक्षकांना तोटा नव्हता.

माकडवाला चांगला जवान आणि पोरगेला होता. त्याचा वर्ण काळा होता. ओठावर मिशा होत्या. दंड, पिंढऱ्या चांगल्या मजबूत होत्या. खेळ करून दाखविण्यात त्याला आनंद वाटत होता, असे दिसले. मळकट पोतडीतून त्याने एक तांबड्या सॅटीनची विटकी चड्डी बाहेर काढली. (तिच्या बुडावर मोठे भोक होते.) देवजीला

जवळ बोलावून त्याला ही चड्डी नेसवली आणि काळ्या रंगाचे एक जाकीट त्याच्या अंगावर चढवले. त्या पूर्ण पोशाखात देवजीचे ध्यान मोठे विनोदी दिसू लागले.

ती खेळण्यातली हातगाडी पुढे करून मालकाने देवजीला इशारा केला. देवजीने तो मुळीच ऐकला नाही. मालकाने चिडून दोरीला हिसका दिला – आपल्या भाषेत शिवी हासडली, तसा देवजीही बिथरला. तोंडाचा 'ओ' करून तो मालकावर गुरगुरला तरी, पण काठीचा धाक होताच. रागारागाने त्याने कशी तरी ती हातगाडी पकडली आणि ती दरादरा ओढून मालकाभोवती एक-दोन चकरा मारल्या. हातगाडी भिरकावली व 'खड्ड्यात जा तू आणि तुझा खेळ!' असा चेहरा करून तो पाठ फिरवून बसला.

हे मालक आणि मजूर असे नाते होते. भांडवलदाराविषयी सर्वच श्रमिकांना जे वाटते, तेच देवजीला मालकाविषयी वाटत असावे. पिळला जाणारा श्रमिक जसा वागतो, तसाच तो वागत होता. मालक अधून-मधून डिग्ऽ डिग्ऽ कुडबुडे वाजवीत होता आणि कॉमेंट्री करीत होता –

"अरे बिट्या देवजी, पोटासाठी आपल्याला हातगाडी वढावी लागती, तू तिचा कट्टाळा करू नगंस. आरं बिट्या, आराम हराम हाय. काम दावशील, तर सायेब दाम दील; नखरा करशील, तर तुला कोनी पुसनार नाही."

गोष्ट खोटी नव्हती.

या सर्व खेळाची हिरोईन भागाबाई होती, पण तिला स्कोप कमी होता. ती खाका खाजवीत उगीच बसली होती. मालकावर चिडलेला देवजी मधून तिच्यावर राग काढीत होता. मुले खेळात रंगून गेली होती. मग माकडवाल्याने निळ्या रंगाची एक विदूषकी टोपी पोतडीतून काढली, एक लाकडी बैठक काढली, एक लहानसा आयना काढला. देवजीची दोरी ओढून त्याला जवळ घेतले, कुस्तीच्या फडात पहिलवानाला फेटा बांधावा, तशी देवजीच्या डोक्यावर ती टोपी चढवली. ठोकळा बुडाखाली घेऊन, एक पाय मांडीवर ठेवून देवजी रुबाबात बसला आणि आयन्यात आपले झोकदार रूप पाहू लागला.

मुलांना फार हसू आले. पुढे वाकून-वाकून ती हसत होती आणि डोळ्यांत भरलेले पाणी पुसत होती. मग मालकाभोवती दोन चकरा मारून देवजी पैठणीपेठेची साडी भागाबाईसाठी घेऊन आला. त्याने ती अंगावर टाकताच भागाबाईने त्रागा केला. तिला पोत, काठ पसंत नव्हते.

"अगं भागाबाई, नवऱ्यानं आणलं, ते गोड मानून अंगावर ल्यावं. हसून त्याला सामोरं जावं –" असं माकडवाला सांगत होता, तरी भागाबाई झटक्याने साडी दूर टाकून पाठमोरी बसत होती. त्याबरोबर देवजीला अचानक संताप आला आणि काठी घेऊन त्याने तुफान मारझोड सुरू केली.

"अरे बिट्या, देवजी – आता पयला काळ गेला. बायकूला मारू नकोस. ती कोर्टामधी जाईल, मोठ्ठा वकील देईल आन् तुजपासनं काडीमोड घेईल. बिट्या, तुज्या भाकरतुकड्याची पंचाईत होईल."

असे चार समजुतीचे शब्द माकडवाल्याने ऐकविले, तेव्हा बायकोला मारायचे सोडून देवजीने मालकालाच चार धपाट्या घातल्या. हा प्रकार घेरावच्या पुढचा होता. वास्तविक या क्लायमॅक्सवर खेळ संपायला हवा होता. पण आतापर्यंतच्या रसात करुण रस आलेला नव्हता. त्यामुळे माकडवाल्याने देवजीला लढाईवर पाठविले. भागाबाईने शोक केला. लढाईवर गेलेला देवजी धाडकन वर्मी गोळी लागून कामास आला आणि इथे खेळ संपला.

माकडवाला आवराआवर करू लागला तोवर मरून पडलेला देवजी उठून बायकोपुढे जाऊन पाठमोरा बसला होता आणि ती गृहिणी त्याचे केस साफ करीत होती. या जोडप्यातील हे सामरस्य पाहून मला भरून आले.

ऐंशी पैसे बिदागी घेऊन माकडवाला उठला. त्याने हातगाडी कॅरेजला बांधली, पोतडी खांद्याला अडकविली. सायकल उभी करताच देवजी उडी मारून दांडीवर बसला. भागाबाई त्याच्या पुढ्यात बसली. डिग्ऽ डिग्ऽ डर्ग्रर्रर्ऽऽ डिग्ऽ करीत माकडवाला पुढच्या दाराला निघून गेला.

आता त्याला पुढच्या दारापुढेही हेच सगळे पुन्हा करून दाखवावे लागणार होते. देवजीला प्रत्येक घरापुढे नवी उडी मारावी लागणार होती. याला उडी मारता येते, हे गृहीत धरून पैसे कोण देणार?

तुमचे-आमचे तरी काय, असेच असते. प्रत्येक वेळी नवी उडी मारून दाखविल्याशिवाय आपल्याला तरी कोण बिदागी देतो?

दहा वाजून गेले होते. घाईघाईने मी ऑफिसला जाण्यासाठी तुमान चढविली. मनात आले :

'रखड... रखड.... रखड,
जरी फाटते तुमान
ठिगळाविण वसन इथे,
नच नभासमान!'

■

अशीही एक शिकार

अचानक रस्त्यात गाठ पडली. त्यानेच हसून विचारले, "ओळखलंस का?"

मला काही सेकंद आठवत राहावे लागले आणि मग नावसुद्धा आठवले... रमेश – रमेश तालीम!

देखणा, तगडा जवान झाला होता आता तो. बावन्न-त्रेपन्न साली अगदी पोरसवदा होता. बंदूक नवीन घेतली होती आणि पुण्याच्या आसपास आम्ही पुष्कळ भटकलो होतो. कधी सिंहगडावर, तर कधी घोटवड्याला, कधी चांद्या-नांद्याला, तर कधी चिंचखिडीला – असे आम्ही दोघे रात्री-अपरात्री खूप हिंडलो होतो. अंगाने सडसडीत, चपळ असा रमेश धाडसी होता. कणखर होता आणि शिकारीचा विलक्षण नाद त्याला होता.

मी विचारले, "कुठे असतोस?"

"दिल्लीला."

"शिकारीला जातोस का आता?"

हसून तो म्हणाला, "छे, शिकार सोडून पुष्कळ वर्षं झाली. कधी बंदूक हातातसुद्धा घेतली नाही अलीकडे."

"का?"

रस्त्यावरच आम्ही उभे होतो. संध्याकाळी साडेसहा-सातची वेळ असल्यामुळे जिमखान्यावर धो-धो गर्दी होती. फुटपाथ वाहत होते.

तो म्हणाला, "सावकाशीने घरी येतो."

"ये."

सांगितल्याप्रमाणे एके दिवशी संध्याकाळी रमेश घरी आला. इकडच्या-तिकडच्या गप्पा झाल्यावर तो म्हणाला, ''किती विलक्षण नाद होता मला शिकारीचा! कधी काळी बंदूक विकून टाकीन आणि पुन्हा ती हातातसुद्धा घेणार नाही, असं वाटलं नव्हतं मला. पण एक विलक्षण प्रसंग घडला... आठवला की, अजून अंगावर शहारे येतात. मी कुणाला कधी सांगितला नव्हता हा प्रसंग; पण तुम्हाला सांगतो आता –''

हसरा, खेळकर रमेश गंभीर झाला. काही वेळ गप्प राहून त्याने अवसान गोळा केले आणि सावकाश, थांबत-थांबत बोलायला सुरुवात केली....

... माझे एक शिकारी मित्र होते. वयाने माझ्यापेक्षा थोडे वडील. आम्ही दोघे सायकलीवरून नेहमी कुठे-कुठे जायचो. मी अगदीच नवशिका होतो. त्यांना थोडा-फार अनुभव होता. आमच्या घरात शिकारी कोणी नव्हते. माझ्या या छंदाची सर्वांना भीती वाटायची. एकुलता एक मुलगा मी. जंगलात याचा पाय कधी नागावर पडेल, कधी याच्यावर वाघ हल्ला करील, कधी हा कड्यावरून कोसळेल – अशी भीती माझ्या आईला वाटायची. वडील त्या मानाने कमी काळजी करायचे. ते म्हणायचे, ''अरे जा, पण कोणा अनुभवी माणसाबरोबर जा. एकटा मात्र जाऊ नकोस आणि तुझी ही रात्रीची शिकार मला पसंत नाही. अंधारात भटकता रात्र-रात्र! कधी काहीही घडेल.''

घरातल्या या विरोधामुळे मला चोरून-मारून जावे लागे. पुष्कळदा थापा माराव्या लागत. पण पुढे-पुढे माझे मित्रही बरोबर असतात, हे समजल्यावर आई-वडिलांचं काळजी करणं कमी झालं.

एकदा अंगारवाडीच्या डोंगरात रात्री आम्ही दोघे ससे मारायला गेलो. सायकली घेतल्या आणि संध्याकाळी सहाच्या सुमारास निघालो. बरोबर खायला होतं, पाणी होतं. दिवस मावळता-मावळता डोंगराच्या पायथ्याशी पोहोचलो. रानातच एका वडाच्या झाडाला सायकली कुलपं लावून टेकविल्या. झाडाखाली बसून जेवण केलं आणि अंधार पडताच कपाळावर दिवे लावून भटकू लागलो. एरवी त्या भागात तसे पुष्कळ दिसायचे. पण त्या दिवशी गर्द काळोखी रात्र आणि मार्च महिना असूनसुद्धा आमच्या दिव्याला ससा दिसला नाही. दोघेही फिरून-फिरून कंटाळलो. अंग घामाने थबथबलं. जिभेला कोरड पडली. आपापल्या नादात आम्ही डोंगरपायथ्याशी माळरानं, भातखाचरं सारं दिव्याचे झोत टाकून तपासत होतो.

कधी मांजराचे हिरवेगार डोळे दिसत, कधी नाइटजार पक्ष्याचा एकच लालबुंद डोळा दिसे, कधी मुंगूस, तर कधी कोल्हे....

कोल्हे चार-पाच वेळा दिसले, तेव्हा ते माझे मित्र म्हणाले, ''कोल्हे आहेत फार

या रानाला. बोकेसुद्धा दिसतात. मग ससे कुठले इथे?''

परत फिरायची माझी तयारी नव्हती. आल्यासरशी काही तरी मिळायला हवं होतं. अनेक वेळा जामानिमा करून मी घराबाहेर पडू लागलो की, माझी बहीण म्हणे, ''आज आणा काही तरी घरी. नेहमीची रड नको, काही मिळालं नाही म्हणून.''

मी फार खट्टू व्हायचो तिनं असं म्हटल्यावर. म्हणून आज मला रिकाम्या हातानं घरी जायचं नव्हतं. मग भले, रात्री दोन वाजले परतायला तरी हरकत नव्हती.

दमून गेल्यामुळे बांधावर आम्ही काही वेळ बसलो. सुरेख काळोख होता. सगळे रान नि:शब्द, शांत होते. अगदी नाइटजारचा 'चक्करऽ चक्क' हा नित्य परिचयाचा आवाजसुद्धा कानांवर येत नव्हता. आभाळ चांदण्यांनी गजबजले होते.

माझ्या मित्रांनी सिगारेट ओढून ती संपविली आणि ते म्हणाले, ''असं करू या का? मी थोडा वर जातो. वरची पठारं बघतो. तुम्ही पायथ्या-पायथ्यानं सरळ या बघत-बघत. इथनं चारशे-एक यार्डांवर खाली शेतात चिंचेचे मोठे झाड आहे, मळाच आहे. तो लागला की, तुम्हीही हळूहळू वर चढा. लहानशी घळ आहे तिथे आणि लगेच वर आंब्याच्या झाडाखाली पाणी आहे. मळ्यातल्या पिकावर जाणारी रानडुकरं या पाण्यावर येतात. बघत-बघत या, तोवर मीही वरून येतो.''

हा प्लॅन भलताच आकर्षक वाटला मला. मी आजवर फक्त चित्तूर, ढोक यांसारखी पाखरं, हरेल, कवडे, ससे यांशिवाय काही मारलं नव्हतं. मनात आलं की, यांच्यापेक्षा आपण नक्कीच अगोदर पाण्यावर पोहोचणार. डुक्कर दिसले की, मारू. एवढी मोठी शिकार सायकलीवरून घरी नेली की काय आनंद होईल सर्वांना!

म्हणून मी भराभर चिंचेच्या झाडाकडे निघालो. पाय वाजणार नाहीत इतक्या सावकाशीनं पुढं जावं लागणार होतं, म्हणून आता पाय वाजवीत निघालो. ते चिंचेचं डेरेदार झाड लागलं. आता मी अधीर झालो होतो. माझी खात्रीच होती की, पाण्यावर डुकरं असणार. झाडापासून वर जाणारी घळ धरून, समोर नजर ठेवून अगदी सावकाश मी चढ चढू लागलो. हातात बंदूक तयारच होती. सशांसाठी घातलेली लहान काडतुसं काढून टाकून मी एका नळीत बॉल आणि दुसऱ्या नळीत एल.जी. भरलं होतं. अडचण एकच होती की, ते पाणी नेमकं कुठे आहे, याचा मला पत्ता नव्हता. तरी पण या घळीच्या काठानं गेलं की, कुठे ना कुठे ते पाणी लागणारच होतं.

मी चढत होतो. किट्ट काळोख होता. थोडंसं चढून जायचं आणि घळीत एकदम फक्कन कपाळावरच्या दिव्याचा झोत टाकायचा आणि जनावर दिसलं की मारायचं. चढ संपताच थोड्या सपाटीवर उभा राहून मी कमरेला लटकवलेल्या पेटीचे बटण दाबले. काळोखात तीर शिरावा तसा प्रकाशझोत शिरला आणि पंधरा-एक यार्डांवर

मला लाल डोळा चमकताना दिसला.

पट्कन मी दिवा बंद केला. त्या दिशेनं अगदी सावकाश पावलं टाकू लागलो. श्वास कोंडून गेला होता. सेफ्टी कॅच पुढे सारून मी दोन्हीही बोटं डाव्या-उजव्या ट्रिगरवर ठेवली होती. इतर सगळ्या जनावरांचे डोळे स्पष्ट दिसतात. पण डुकराचे डोळे काही कपाळावर नसतात. बाजूला असतात, त्यामुळेच मला दोन न दिसता एकच डोळा दिसला असावा. पाच-सहा-सात यार्ड मी गेलो.

मी एक्साईट झालो होतो. घाईनं दिवा लावला. डोळा लुकलुकताना दिसतच होता. बंदूक खांद्याला जोडून नीट नेम घेतला. मला बार चुकवायचा नव्हता. आता ट्रिगर ओढणार, तोच आवाज आला, ''या, या – पलीकडे आहे पाणी.''

हा आवाज त्या डोळ्यानंच केला होता. माझ्या मित्रापाशी दोन सेल्सची लहान बॅटरी होती. सेल्स संपत आल्यामुळे म्हणा किंवा नीट न लागल्यामुळे म्हणा, तो लहान बल्बच मला डोळ्यासारखा दिसला होता. एकदम माझ्या अंगातील अवसान गेलं. सर्व शक्ती पिळून काढल्यासारखं झालं. मी मट्कन खाली बसलो.

माझ्या मित्रांनी तेवढे शब्द काढले नसते, तर मी बार मारला असता. त्या काळोखात त्यांच्या मस्तकाच्या चिंधड्या झाल्या असत्या. एकदम मला मळमळून आलं आणि उलटी झाली. त्या शॉकमधून बाहेर पडायला दीड तास लागला.

ही हकिगत ऐकून मी थंड झालो. अंगावर काटा आला. रमेश काही वेळ गप्प राहिला. नंतर मी विचारले, ''ही हकिगत तुम्ही नंतर त्यांना सांगितली?''

''नाही, कधीच नाही.''

''काय सांगणार म्हणा! कोण होते ते? पुण्याचेच का? मला आता सांगायला हरकत नाही.''

माझ्यावर डोळे स्थिर करून सावकाशपणे रमेश म्हणाला, ''तुम्हीच होता ते!''

■

टोमॅटो सॉस

मी दिल्लीला चाललो होतो. रेल्वेचा कंटाळवाणा प्रवास सुरू होता. सोबतीला कोणी नव्हते. खिडकीतून दिसणारा बाहेरचा देखावा पाहून-पाहून डोळे चुरचुरू लागले की, ते मिटून घेऊन डुलकी घ्यावी; जागे झाले की, काही मासिकं-पुस्तकं चाळावीत; त्यांचाही कंटाळा आला की, सुम्म बसून राहावं – असा वेळ चालला होता.

मधेच चार वाजण्याच्या सुमारास चहा घ्यावा म्हणून डायनिंग कारमध्ये गेलो. विशेष गर्दी नव्हतीच. चार जणांच्या टेबलावर मी एकटाच होतो. प्रवासात कंटाळा आला की, उगीचच काही खावे वाटते. मी फ्राय फिश मागविले आणि ते येण्याची वाट पाहत बसून राहिलो. पाच मिनिटांनी वेटर टेबलावर मांडामांड करून गेला आणि कोणी एक प्रवासी गृहस्थ येऊन माझ्या समोरच बसले. बोलायला काही प्रसंगच नव्हता. समोर असून नसल्यासारखे बसून राहिलो. फ्राय फिश, चिप्स ठेवून वेटर गेला.

टोमॅटो सॉसची बाटलीही त्याने आणून समोर ठेवली. तिच्याकडे पाहून समोरच्या गृहस्थाने स्मित केले. त्यांनी मला म्हटले, "हे काय आहे, असं तुम्हाला वाटतं?"

प्रश्नाचा रोख मला कळलाच नाही. तरी पण उत्तर दिले, "टोमॅटो सॉस."

ते म्हणाले, "पण टोमॅटो आणि या पदार्थाचा काही संबंध नाही."

"हो?"

"मुळीच नाही. टोमॅटो सॉस हे टोमॅटोचं केलेलं नसतंच कधी."

"मग?"

"हे लोक दुधी भोपळे शिजवितात, पातळ करतात, त्यात चिंचेचा कोळ

घालतात आणि तांबडा रंग घालतात.''

''मग टोमॅटो सॉस का लिहितात लेबलवर?''

''ते व्यापारी नाव आहे. त्यांनी असं कुठं म्हटलंय की, हे टोमॅटोपासून केलं आहे? मी भेसळ प्रतिबंधक खात्यात अधिकारी आहे. मला माहीत आहे सगळं.''

आपली फसवणूक झाली, असे मला वाटले आणि मनात आले की, किती पद्धतींनी आपली वरचेवर फसवणूक होत असते!

लेबल आणि आतला माल दुसराच, असे कितीदा घडत असते या जाहिरातींच्या युगात. खूप जाहिरात वाचून एखादा चित्रपट पाहावा, तर तो निव्वळ बोलपट निघतो. नाटक पाहायला जावे, तर तो एक 'खेळ' असल्याचे कळते. पुस्तके, कपडे, जेवण, पेये या अनेक बाबतींत आपली अशी फसवणूक होत असते आणि अगदी नकळत आपली वागणूक बदलते. धास्तावलेल्या मनाने सारखे आपण वावरत राहतो. सारखा संशय, सारखी काळजी – आपल्याला कोणी फसवत तर नाही ना?

हे एक दडपण जर मनावर नसेल, तर किती बरे वाटते याचा अनुभव मला आहे.

मेलबोर्नच्या ट्राममध्ये पहिल्याच दिवशी बसलो. अजून टू पेन्स, थ्री पेन्सचा नीट परिचय नव्हता. डोक्यात रुपये आणि पैसेच होते. पाच पौंडांची नोट, पाच रुपयांच्या नोटेएवढी असल्यामुळे बसमध्येसुद्धा ती द्यायला काही वाटायचे नाही. तिथला फ्लोरिन हा आपल्या रुपयाएवढा तसाच. त्यामुळे रुपयापेक्षा त्याची किंमत मोठी आहे, हे ध्यानात येत नसे. अशा गोंधळात ट्राममधल्या बाई-कंडक्टरने फ्लोरिन पाहून म्हटले, ''हे फार पैसे आहेत. तुझ्यापाशी लहान नाणं नाही का?''

तेव्हा मी खिशातली मूठभर नाणी काढून तिच्यापुढे धरली. त्यात शिलिंग होते, फ्लोरिन होते; पण बाईंनी नेमके सिक्स पेन्सचे नाणे उचलून म्हटले, ''देअर यू आर.''

केन्सला एका हॉटेलात मी राहिलो होतो. ऑस्ट्रेलियन शेतकऱ्याप्रमाणे सकाळी भरभक्कम न्याहारी करायची मला सवय नव्हती. सकाळी-सकाळी उठून मांसाचा तुकडा, दोन अंडी, दोन सॉसेजिस् एवढे कोण खाणार? मी आपला ग्लासभर दूध आणि एक भाजलेला टोस्ट यांवर संतुष्ट होतो.

दोन दिवस गेल्यावर हॉटेलच्या मॅनेजरबाई मला म्हणाल्या, ''ब्रेड आणि ब्रेकफास्टचे मिळून एक पौंड सहा शिलिंग मी तुझ्याकडून घेते; पण ते जास्ती आहेत, असं मला वाटतं. तू जर रोज एवढीच न्याहारी घेणार असशील, तर वरचे

शिलिंग मी घेणार नाही.''

खरं तर ही तक्रार मी करायला हवी होती. पण बाईंनाच वाटले की, आपण काही अन्याय करतोय.

केन्सलाच असताना माझा कॅमेरा बारमध्ये राहिला. लहान गावातला हा लहानसा बार होता. वीस-एक मैल गेल्यावर मला आठवण झाली. माझ्याबरोबर केन्सचा शेतकी अधिकारी होता. तो म्हणाला, ''काही काळजीचं कारण नाही. तुझा कॅमेरा परत मिळेल.''

मला आशा नव्हती. नवा कोरा उत्तम कॅमेरा होता आणि तो मी खिडकीत ठेवला होता; टेबलावर नव्हे. तो कुणी तरी उचलून नेणारच. एवढी उपयोगी वस्तू कोण ठेवील?

दुसऱ्या दिवशी संध्याकाळी परत आलो तर कॅमेरा होता. बार चालविणाऱ्याने तो तिथून उचलून फडताळात ठेवला होता. त्याने ओळख मागितली नाही, हुज्जत घातली नाही; मागताच कॅमेरा परत दिला.

कॅनबेराला बँकेची वेळ माहीत नव्हती. सकाळी काचेच्या दारापुढे मी दोन मिनिटे उभा होतो. ते आतल्या कोणा माणसाने पाहिले आणि मागील दाराने बाहेर येऊन सांगितले, ''दहा मिनिटांत बँक उघडेल. आपण कृपा करून थांबता, का परत येता?''

एकदा सिडनीला पोस्टात पुष्कळ तिकिटे घेऊन मी गेलो, तर तिथल्या कारकुनानेच मला म्हटले, ''यातली अर्धी पाकिटे मला द्या. मी त्यांना तिकिटे लावतो....''

नंतर पुढे तीन-एक महिने मी या देशात अत्यंत मोकळेपणाने हिंडलो, फिरलो. इथे आपल्याला कोणी फसविणार नाही याची खात्रीच होती.

आपल्याकडे बँकेत आपले पैसे काढण्याला अर्धा तास तिष्ठत उभे राहिले, तरी कोणी विचारीत नाही. एक वेळ मला खिडकीच्या आत बंदोबस्ताने बसलेल्या त्या क्लार्कला म्हणावे लागले, ''अहो, ते माझेच पैसे आहेत; मी तुमच्याकडे उसने मागत नाही. किती वेळ तुम्ही मला उभे ठेवणार आहात?''

बँकेत सेन्स ऑफ ह्यूमर कुठला मिळणार?

क्लार्क म्हणाले, ''काय करणार? गर्दी फार आहे.''

पोस्टाचे तर विचारूच नका. एका क्यूत उभे राहून रजिस्टर्ड पाकीट दिले की, ते वजन करून बाई सांगतात, ''पंच्याहत्तर पैशांचं तिकीट लागेल. ते शेजारच्या खिडकीवर घ्या.''

आता त्या खिडकीवर जाऊन पाहावे, तर प्रचंड क्यू!

अत्यंत नम्रपणे मी एकदा विचारले, ''बाई, त्यापेक्षा तिकिटं तुमच्यापाशीच असती, तर बरं नाही का?''

यावर गंभीरपणे त्यांनी म्हटले, ''तसं करता येत नाही.''

...आणि त्रासिक चेहरा करून त्या पुन्हा कामाला लागल्या.

आता आपल्याला सवय झाली आहे म्हणून रोजच्या रोज, पुन:पुन्हा या गोष्टीचा मानसिक त्रास जाणवत नाही. एरवी आपण सारखे फसविले जात असतो. कोणी आपल्यावर विश्वास ठेवायला तयार नसते. आपण लुच्चे, लबाड, खोटारडे, धोकेबाज आहोत, असे गृहीत धरूनच आपल्याशी व्यवहार चाललेले असतात आणि आपणही निर्धोकपणे कधी वागत नाही. दुसरा आपल्याला फसविणार नाही किंवा आपण फसणार नाही, अशा सावध बुद्धीने आपणही वागत नाही. एकमेकांची जन्मजात शत्रू झालेली जंगली जनावरे जशी वागतात तसे आपण वागत राहतो. आपण पदोपदी अपमानित होतो आणि दुसऱ्याला अपमानित करतो. त्यात सुखी होते. लबाडी केल्याशिवाय धंद्यात काही मिळत नाही, असे आपण धरून चालतो. आपण फसवले जातो आणि फसवतो. त्यात सुख वाटते.

एकूण, आपले काही खरे नाही. टोमॅटो सॉस म्हणून आपल्यापुढे दुधी भोपळा येतो आणि आपण तो मुकाट्याने खात असतो!

■

घर आणि जंगल

ते १९५२ साल असावे. आम्ही काही मित्रमंडळी कर्नाटकातील मासूर नावाच्या जंगलात शिकारीला गेलो होतो. पंधरा दिवसांसाठी हे जंगल आम्ही रिझर्व्ह केले होते. आज काय स्थिती आहे, कोण जाणे; पण त्या वेळी मासूर म्हणजे शिकाऱ्यांचे नंदनवन होते. एक तर सगळे जंगल सपाटीचे होते. नाही म्हणायला म्हैसूर हद्दीला लागून काही लहान टेकड्या होत्या. त्यापलीकडे विस्तीर्ण असा मदग तलाव होता. त्यात ढोक, बदके, पाणकोंबड्या अशी पाखरे शेकड्यांनी होती. जंगलाच्या मध्यभागी ओढा होता. त्यात हौशी माणसाला डोहावर बसून मरळ माशाची शिकार करता येई. शिवाय रानडुक्कर, चितळ, वाघ, बिबळ्या, अस्वल, भेकर, ससे – असले सगळे प्राणी भरपूर होते. म्हणजे अनुभवी आणि नवशिक्या अशा दोन्हीही शिकाऱ्यांना हे रान सुरेख होते.

दोन-तीन दिवस पायी हिंडून लहानसहान शिकार मी केली होती आणि एवढ्या मोठ्या जंगलात येऊन आपण काही तरी मोठी शिकार केली पाहिजे, असे सारखे वाटत होते.

एके दिवशी सकाळी लमाण्याचे एक लहान पोर सोबत घेऊन मी बाहेर पडलो. बराच वणवण हिंडलो. मी म्हटले, "अरे, आता लहानसहान शिकार नको; मोठी बघू."

तर, लमाण्याचे पोर म्हणाले, "पाटील, त्या टेकडीवर जाऊ. खाली बार व्हायला लागले, म्हणजे चितळं टेकाडावर बसतात आणि चोहोंकडे नजर ठेवतात."

मी म्हटलं, "चल."

घामाघूम होऊन मी टेकडी चढत होतो. मागे लमाण्याचे पोर होते. माथा आला तसे मी मनात म्हटले की, एकदम भस्सकन दिसू नये. दरडीशी टेकावे आणि हळूच दोन डोळे वर काढून बघावे. लमाण्याच्या पोराला 'आहेस तिथेच थांब' अशी खूण केली आणि दरडीशी चिकटून मी दम घेतला. धाप लागली होती, ती कमी झाली.

मी अगदी हळूच डोके वर काढून पाहिले. समोरचे दृश्य विलक्षण होते – सात-आठ चितळांचा कळप माथ्यावर विसावलेला होता! काही माद्या होत्या, त्या गोलाकार बसल्या होत्या. शेपटे आत आणि तोंडे बाहेर, अशा. मधे दोन लहान पोरे होती आणि त्या पलीकडे त्या सर्वांचा स्वामी एक पुष्ट कांचनमृग उभा होता. आडवा उभा राहून तो मदग तलावाकडे बघत होता. त्याला तिकडे काही हालचाल दिसत असावी. गोलाकार बसलेल्या माद्यांच्या मानासुद्धा त्याच दिशेला वळलेल्या होत्या.

सर्व मंडळी माझ्यापासून फार तर दहा-पंधरा यार्डांवर असतील. निळ्या स्वच्छ आकाशाच्या पार्श्वभूमीवर मला नराची मखमली शिंगे दिसत होती. याचे शेपूट हलत होते, ते दिसत होते.

दडल्या-दडल्याच मी बंदूक तयार केली आणि भस्‌कन डोके वर काढून नराच्या खांद्यावर बार घातला. आवाजच झाला नाही. चाप फक्त कटकन वाजला आणि क्षणार्धात धोका लक्षात येऊन सगळी चितळे तडातड उडाली. माथ्यावर उभा राहून पळणाऱ्या नरावर मी दुसरा बार घातला. त्याचा आवाज झाला, पण जनावर पडले नाही.

सगळी चितळे दिसेनाशी झाली. मी दोन काडतुसे भरली होती. त्यांतले उजव्या नळीतले एल.जी.चे काडतूस उडालेच नव्हते. जे उडाले, तो चार नंबरचा छर्रा होता. अक्षता पडाव्यात, तसे ते छरे नराच्या अंगावर पडले असतील. काहीही कारण नसताना माझे काडतूस उडाले नव्हते.

मुंडगोडनजीकच्या गुंजावती जंगलातल्या बंगल्यात आमचा कँप होता. त्याच वर्षी बांबूचे जंगल फुलांवर आले होते आणि बांबूचे ते बी खाण्यासाठी गुंजावतीला रानकोंबडे अतोनात जमले होते. सकाळी उठून फर्लांगभर रस्ता पाहिला की, रस्त्याच्या दोन्ही बाजूंना आठ-पंधरा कोंबडे दिसत.

कॉलेजात पहिल्या वर्षाला असलेला एक उत्साही मुलगा त्या खेपेला बरोबर होता. चहापाणी झाल्यावर त्याने हळूच जीप बाहेर काढली आणि मला म्हटले, ‘‘येता का बरोबर? मी कोंबडे आणायला चाललोय.’’

म्हणालो, ‘‘चल.’’

जीपमध्ये बसताच माझ्या लक्षात आले की, याने बरोबर हत्यार घेतले आहे, ती पॉइंट टू-टू बोअरची मिनेचर रायफल आहे.

मी म्हणालो, "मोठे हत्यार बरोबर घेतलेले बरे. कदाचित मोठे जनावर दिसेल; कुणी सांगावे?"

त्यावर हात झाडून हा म्हणाला, "छे, इथं तर जायचं आहे. मोठं जनावर कसं दिसेल? आपण आज फक्त टू-टूनं कोंबडे मारणार."

जीपने वेग घेतला. रायफल मांडीवर आडवी ठेवून हा मुलगा जीप चालवीत होता. मी शेजारी बघ्या म्हणून बसलो. माझ्या हातात काहीही नव्हते. दोन्ही बाजूंना बांबूचे जंगल होते आणि मधूनच धुळीचा रस्ता होता. कँपमधून आम्ही दोन मिनिटांच्या रस्त्यावर आलो न आलो, तोच डाव्या बाजूने पाच-सहा चितळांचा कळप येताना दिसला. आमच्या समोर रस्ता ओलांडून उजव्या बाजूला निघून गेला.

जीपला ब्रेक लावून माझ्या सोबत्याने फाट-फाट बार घालून सगळे मॅगाझिन रिकामे केले. हरबऱ्याएवढ्या त्या गोळीने चितळाला काय होणार? सर्व चितळे केसालासुद्धा धक्का न लागता निघून गेली.

सिंहगडच्या डाव्या बाजूला 'बुधल्या' आहे. त्याला लागूनच धारजाईची खिंड आहे. या खिंडीला मला बसविले होते. दोन-तीन हाके झाले होते आणि अद्याप काही जनावर निघाले नव्हते.

सकाळी दहा-साडेदहाचा सुमार होता. खिंडीकडे येणाऱ्या ओघळीवर नजर देऊन मी एका लहान झुडपाच्या सावलीला उभा होतो. लांब कुठे हाक्यांचा आवाज येत होता. खाली चित्रे काढल्यासारखी शेते, पडळी, रस्ते दिसत होते. एवढी-एवढी गुरे, माणसे दिसत होती. एकाएकी हाकेवाल्यांचा गलका झाला. मी सुधारून उभा राहिलो.

खालून एक भेकर दबत-दबत थेट खिंडीकडेच येत होते. दोन-तीन मिनिटांत ते वर येणार आणि सरळ माझ्या बाराने लोळणार, हे दिसतच होते. बंदूक खांद्याला जोडून मी ते टप्प्यात येण्याची वाट पाहत होतो.

एवढ्यात खालच्या झाडीतून कोवळा, बालिश आवाज उठला, "अगं आये, काय चाललंय गं ते?"

"अगं दोडा, भेकार न्हवं का?"

...आणि वर येणारे भेकर ताड्कन उडाले. आल्या पावली खाली गेले. पार दिसेनासे झाले. माझी भरलेली बंदूक भरलेलीच राहिली. जंगलात लाकडे गोळा करण्यासाठी आलेली खेडुत माय आणि तिची परकरी लेक डोक्यावर मोळी घेऊन डोंगर उतरताना मला दिसली.

असे म्हणतात की, अवखळ लहान पोरांना घरच सांभाळते. पोरे घरातून

वाऱ्यासारखी धावत असतात. आपल्याला वाटते की, यांचे टाळके आता चौकटीवर आपटून फुटणार... आपण ओरडतो, "अरे, अरे...."

तेवढ्यात ती चौकटच आपले अंग अस्से चोरते आणि धड टाळक्याने पोर चौकटीतून पार होते. वेडी पोरे वाटेल तशी धावत असतात आणि त्यांना लागू नये म्हणून घर आपला कोपरा आखडून आत घेते. आपली कठीण, अणकुचीदार कड सावरून पायऱ्या वाट देतात. भिंती बगल देतात. आपल्याला दिसत नाही; पण हे होत असते.

समंजस घर लहान बाळांना सांभाळत असते. माझी खात्री आहे की, जंगलसुद्धा प्राण्यांना तसेच सांभाळते.

∎

एक प्रवासवर्णन

आपल्या जन्मगावी जायचे, म्हणजे मी नेहमीच अधीर होतो. अगदी बालपणीची आठवण आहे. नोकरीच्या गावाहून माडगूळला जायचे असले की, आमच्या घरी आठ-एक दिवस चर्चा चाले. कोणत्या मार्गाने जायचे? बार्शीलाईट रेल्वेने जाऊन वासुद-अकोल्याला उतरायचे की, मोटारीने जाऊन सरूबाई मठावर उतरायचे? कऱ्हाड-विटे मार्गे जायचे काय की, विट्यापासून बैलगाडी करायची? कोणत्याही मार्गाने गेले, तरी वाटेत अडचणी आणि खोळंबा हा ठरलेलाच असे. बारा तास प्रवास करून माडगूळला पोहोचणे, ही केवळ अशक्य गोष्ट असे. रेल्वे, मोटार, बैलगाडी अशी तिन्हीही वाहने वापरली तरी ओढे, नद्या, नाले यांची अडवणूक टाळता येत नसे. 'निघालो खरे, आता पोहोचू तेव्हा पोहोचू,' असा विचार करून निघावे लागे.

'आई आजारी आहे, भेटून जा.' असे तातडीचे पत्र आले; तेव्हा वाटले की, आता परिस्थिती पुष्कळच बदलली आहे. योजनेने आपल्यासाठी पुष्कळच केले आहे. (पाहा : सरकारी प्रकाशन – योजनेने काय केले?)

मुंबई ते आटपाडी ही एस.टी. पुण्याला सकाळी साडेअकरा वाजता धरायची आणि रात्री आटपाडी मुक्कामी पोहोचायचे. तिथे मुक्काम करायचा आणि दुसऱ्या दिवशी सकाळी आटपाडी-सांगोले एस.टी. गाठून आठ वाजता गावी पोहोचायचे.

निघालो. पुणे एस.टी. स्टँडवर जाऊन पोहोचलो. अकरा, साडेअकरा, साडेबारा झाले... एक वाजला, तरी गाडीचा पत्ता नाही. काय झाले बरे? कर्मचारी सौजन्यशील होते. त्यांनी तपास करून सांगितले, "ती गाडी फेल झाली आहे. केव्हा येईल त्याचा भरवसा नाही. तुम्ही सातारा गाडीने सातऱ्याला जा आणि तिथून आटपाडीला

जाणारी गाडी पकडा.''

मी तसा गेलो. साताऱ्याला पोहोचलो, तेव्हा दुपारचे साडे-तीन वाजले होते आणि आटपाडीकडे जाणारी कोणतीही गाडी उपलब्ध नव्हती. मुंबईहून येणाऱ्या गाडीचीच वाट पाहणे आवश्यक होते. मी स्टँडवर भकासपणे भटकत राहिलो. 'ओस झोल्या दिशा, फाकती मारग,' अशी माझी मन:स्थिती झाली. शेवटी कोरेगावला जाणाऱ्या गाडीच्या कंडक्टरपाशी सहज चौकशी केल्यावर कळले की, कोरेगाव-आटपाडी अशी एक गाडी पावणे-पाच वाजता सुटते आणि दहिवडी, गोंदावले, म्हसवड, दिघंची मार्गे आटपाडीला पोहोचते. म्हणजे, हा द्राविडी प्राणायाम होता.

म्हणालो, चला! तसे करू. पुनश्च एकवार माणदेश पाहू.

दहिवडी सुटली आणि अंधार झाला. आपण कुठे आहोत, हे कळेना. धुरळा उडत होता आणि गचके खात, एखाद्या माळरानातून जावी तशी मोटार जात होती. ड्रायव्हरचे कौशल्य पाहून मी चकित झालो. जिथे पायी जाणे अवघड, अशा रस्त्याने तो गाडी भरधाव मारत होता. मी धरून त्या गाडीमध्ये सात प्रवासी होते.

नऊ वाजता आटपाडीला पोहोचलो. स्टँडच्या आधी गाडी ओढ्यात उभी राहिली. मिणमिणते दिवे होते. धुरळा होता, डुकरे हिंडत होती. मी मनात म्हटले की, पंचवीस वर्षांत या गावाचा वास काही बदलला नाही. बाजारपेठ, दोन्ही अंगाला पडकीसडकी घरे, पाऊल बुडेल असा धुराळा. कुठे तरी सभा चालली होती. लाउडस्पीकरवरून कोणी तरी तावातावाने बोलत होते. कानांवर पडले; त्यावरून ध्यानी आले की, भाषणाचा विषय 'सध्याची राजकीय परिस्थिती' हा आहे. वक्त्याचा आवाज चढा होता. दोनदा टाळ्याही ऐकू आल्या.

रात्रभर डासांनी जागवले.

सकाळी चौकशी केली, तर 'बहिर्दिशेशी दूर जावे' हा संत रामदासांनी सांगितलेला मंत्रच गावकरी अजून जपत होते. दहा हजार वस्तीचे गाव; पण तोच शेजारचा ओढा, तीच डुकरे, तेच दृश्य.

गावचे डॉक्टर दयाबुद्धीने म्हणाले, ''मी जातो आहे माडगूळला व्हिजिटला. माझ्या जीपमधून चला.''

गेलो. माझ्या गावातही फारसा बदल झालेला नव्हता. द्राक्षाची एक बागही होती आणि विजेचे खांब उभे होते. बाकी तेच – पडकी घरे, उजाड गाव, रस्ते नाहीत, गटारे नाहीत... धुळीत गबाळे पडावे, तसे गाव पडलेले.

रात्री घरात विजेचे दिवे पाहून आनंद झाला.

एक दिवस गेला. रात्री घरातील दिवे एकाएकी गेले. कोणी तरी म्हणाले, ''आता पंधरा दिवस तरी अंधारच राहील.''

पुन्हा रॉकेलचे कंदील पेटले. आईचा मेडिकल चेकअप आवश्यक होता. त्यासाठी साठ मैलांवर असलेल्या मिरजेला जाणे भाग होते. पुन्हा डॉक्टरच मदतीला उभे राहिले. त्यांच्या जीपमधून मिरज. हायवे. रस्ता पुन्हा तसाच. अंग घुसळून निघत होते. का? तर, लवकरच डांबरी होणार म्हणून मेन्टेनन्स केलेला नाही.

साठ मैल प्रवास करून मेडिकल हेल्प मिळाली. (एकूण खर्च तीनशे सात रुपये तेरा पैसे.) बरोबर आलेली मंडळी जीपने मार्गस्थ झाली, तेव्हा दुपारचे चार वाजले होते. मला पुण्याला यायचे होते. एस.टी.चा धसका घेतला होता, म्हणून स्टेशनवर जाऊन चौकशी केली. रात्री दहा वाजता बंगलोर मेल होती. वेटिंगलिस्टवर नाव ठेवून मी तिकीट घेतले आणि गावातील घरे पुजीत वेळ काढला.

साडे-नऊ वाजता स्टेशनवर परतलो. गाडी लेट होती. साडे-अकरापर्यंत येईल, असे कळले. ओळखीच्या घरी जाऊन झोप काढली आणि स्टेशनवर आलो, तर कळले की, गाडी दोनशे मिनिटे लेट आहे. का? तर, बेळगावचा प्रश्न. मुंबई बंद. त्याचा परिणाम.

पहिल्या वर्गाच्या वेटिंगरूममध्ये दोनशे मिनिटे काढावीत, या जिद्दीने आत शिरलो. तिथे तीन प्रवासी होते. समोरच्या बाकावर एक जण गाढ झोपला होता. बहुधा त्याला कुठेही जायचे नसावे, असे त्याच्या झोपण्याच्या पोजवरून वाटत होते. कषायवस्त्र नेसलेला एक वृद्ध साधू बाकावर बसल्या-बसल्या झोप घेत होता. अंगावरचे सर्व उत्तरीय त्याने डोक्यावरून घुंघटाप्रमाणे घेतले होते. त्यामुळे तो म्हणजे नुसता कापडाचा ढीग दिसत होता. मधूनच वाऱ्याने झाड लवावे, तसा हा आकार लवे आणि पुन्हा ताठ होई. भोपळ्यापासून केलेले एक पात्र आणि मोरपिसांचा कुंचा एवढेच साहित्य त्याच्यापाशी होते. एक तरुण पोरगा खुर्चीत बसून 'अद्भुत' मासिक वाचत होता.

एक बाक रिकामा होता, त्याच्यावर जाऊन बसलो. सुदैवाने जवळ शाल होती. ब्रीफकेसची उशी करून आणि ती शाल अंगावरून घेऊन मीही बाकड्यावर पसरलो. रेडिओसारख्या खात्यात चौदा वर्षे घालविल्यामुळे दोनशे मिनिटे म्हणजे केवढा पॉज, याची पुरेपूर जाणीव होती.

पाचच मिनिटांत मला कळून आले की, बाकड्याच्या फटींमध्ये बरेच भुकेलेले ढेकूण आहेत. त्या रक्तपिपासूंच्या हल्ल्यातून झोप घेणे, ही केवळ अशक्य गोष्ट आहे. मी उठून बसलो. तेवढ्यात एक पिशवी घेतलेले कोणी पोर आत आले आणि माझ्या बाकाच्या दुसऱ्या कडेला येऊन बसले. ते झोपेने ग्रासून गेले होते. एक विलक्षण अवघड अशी पोज घेऊन ते झोपले. वर दिवा ढणढण जळत होता.

फलाटावर इंजीन शंटिंग करीत होते. तो पोरगा 'अद्भुत' वाचण्यात गर्क झाला होता. त्याचा मला हेवा वाटला. माझ्याजवळ वाचायला काहीही नव्हते. साधूमहाराज बसूनच झोप घेत होते. मधूनच ते जागे होत आणि चमत्कारिक आवाज करून विव्हळत.

दरम्यान, एक रेल्वे कर्मचारी डोकावून गेले. एक पोलीस दारात उभा राहून संशयाने सर्वांकडे दृष्टी टाकून गेला. सर्व बाक भरलेले आहेत, ही परिस्थिती दोघांनाही आवडलेली दिसली नाही. मला फार संकोच वाटला. अंगभर कंटाळा पसरलेला होता. तो घालवावा, म्हणून आतल्या बाथरूममध्ये जाऊन मी गार पाण्याने तोंड धुऊन आलो. दरम्यान, ते पोर सर्व संकोच सोडून बाकावर सळनळ पसरले होते. माझी जागा गेली होती! मघा ते पोर बसले होते तसे बसण्यावाचून मला गत्यंतर नव्हते आणि माझे आकारमान पाहता ती पोज घेणे जोखमीचे होते.

मी बाहेर पडलो. स्टेशनवर लावलेली बरीच सिनेमा पोस्टर्स पाहून झाली. बऱ्याच पिवळ्या पाट्या वाचून झाल्या. फलाटभर चार-पाच फेऱ्या झाल्या. थंडी वाजू लागली. आत राहिलेल्या सामानाची चिंता वाटू लागली, म्हणून मी बाकड्यावर येऊन बसलो. ते पोर अजून 'अद्भुत' वाचीत होते. मिनिटे जाता जात नव्हती.

आत्ताशा कुठे १ वाजून १३ मिनिटे झाली होती. काय करावे बरे? मधोमध असलेले गोल टेबल मोकळे होते. 'अद्भुत' वाचणाऱ्या पोराच्या तंगड्या सोडल्या, तर त्या मोठ्या शिसवी टेबलावर दुसरे काही नव्हते. (त्यावरच झोपले, तर!) एक बिनहाताची खुर्ची टेबलालगत होती. वर छान दिवा होता. माझ्याजवळ वाचायला पुस्तक नव्हते. पण पेन आणि कागद जवळ होते. शरीर आंबून गेले होते. मनात वैताग होता. जागरण आणि प्रवास.

कविवर्य मर्ढेकरांच्या ओळी आठवल्या :

भरून येईल हृदय जेधवा
शरीर पिळुनी निघेल घाम,
अन् शब्दांच्या तोंडामध्ये
बसेल तुझा गच्च लगाम,
काळ्यावरती जरा पांढरे
या पाप्याच्या हातून व्हावे.
फक्त तेधवा :
आणि एरवी, हेच पांढऱ्यावरती काळे!

दोन वाजून चाळीस मिनिटांनी गाडी आली, तेव्हा माझे 'पांढऱ्यावरचे काळे' लिहून पुरे झाले होते!

■

www.ingramcontent.com/pod-product-compliance
Lightning Source LLC
Chambersburg PA
CBHW051952060726
47506CB00011B/784